रंजक विज्ञान-प्रयोग

प्रा. भालबा केळकर
प्रा. ग. ना. चिवटे

कनक बुक्स

कुमारवाङ्मय विभाग, डायमंड पब्लिकेशन्स, पुणे

रंजक विज्ञान–प्रयोग

प्रा. भालबा केळकर, प्रा. ग. ना. चिवटे

Ranjak Vidnyan-Prayog
Prof. Bhalbha Kelkar, Prof. G. N. Chiwate

प्रथम आवृत्ती : निर्मल प्रकाशन
डायमंड प्रथम आवृत्ती : २०१२

ISBN 978-81-8483-440-6

© डायमंड पब्लिकेशन्स, पुणे

अक्षरजुळणी
अक्षरवेल, दत्तवाडी, पुणे

मुखपृष्ठ
शाम भालेकर

आतील चित्रे
राजेंद्र गिरधारी

कनक बुक्स
कुमारवाङ्मय विभाग, डायमंड पब्लिकेशन्स, पुणे
१२५५ सदाशिव पेठ, लेले संकुल, पहिला मजला
निंबाळकर तालमीसमोर, पुणे ४११ ०३०.
☎ ०२० – २४४५२३८७, २४४६६६४२

diamondpublications@vsnl.net
www.diamondbookspune.com

अनुक्रम

हवा

जगायला हवीच असते म्हणून ती 'हवा' असे म्हटले तर वावगे ठरणार नाही, कारण तिच्यात 'प्राणवायू' आहे म्हणून ती जगायला आवश्यक आहे. हवेतला प्राणवायू संपला की, हवा स्वत:च निष्प्राण होते आणि सजीवाला निर्जीव करते. आजपर्यंत तरी 'हवा' हे पृथ्वी या एकाच ग्रहाचे सजीव सृष्टीच्या दृष्टीने वैशिष्ट्य ठरले आहे.

हवेचे अस्तित्व कळते कसे?

१. हात मागे-पुढे हलवा. हवेचा भास होतो ? आता हात ओला करा व वरीलप्रमाणे हलवा. हाताला गारवा वाटतो का ?

२. कागदाचा एखादा तुकडा, जमिनीवरून उचला व वरून खाली टाका. पहा तो कसा खाली येतो. आता त्याच कागदाचा बोळा करा व वरून टाका. दोहोंच्या खाली पडण्यात काही फरक दिसला का ?

३. कागदाचे भिरभिरे (चक्र) तयार करा. (त्यासाठी २० सें. मी. बाजूचा कागदाचा चौरस चालेल, जरूर तर रंगीत कागद घ्या.) काठीच्या टोकाला भिरभिरे बसवा व खिडकीपुढे धरा. पहा काय होते ते. कशामुळे होत असावे.

४. मोकळी दिसणारी बाटली.
एक मोकळी असलेली बाटली घ्या. ती उलटी (खाली तोंड करून) पाणी असलेल्या भांड्यात (बादलीत) बुडवा. बाटलीत पाणी शिरते का ? आता ती थोडी किंचित तिरकी करा. पाणी आत जाऊ लागेल. बाटलीतून काय बाहेर पडताना दिसते ? हे बुडबुडे कोठून आले ? हे बुडबुडे हवेचे असतात; पण बाटली तर मोकळी होती. हवा कोठून आली असावी ?

५. हवेला जागा लागते.
अ) वरील प्रयोगावरून हवेला जागा लागते व ती जोपर्यंत बाटलीत होती तोपर्यंत पाणी आत शिरू शकले नाही. एकाच वेळी दोन पदार्थ तीच, एकच जागा व्यापू शकत नाहीत.

ब) एक बूच घ्या. त्याच्यावर उभी टाचणी रोवून त्याला एक त्रिकोणी कागदी शीड बसवा. परातीत पाणी घेऊन, त्याच्यात वर तयार केलेले 'जहाज' सोडा. सोडताना शीड भिजू देऊ नका. एक काचेचा ग्लास घ्या. तो जहाजावर पालथा धरून तो पाण्यात बुडवा. ग्लास उचला. जहाजाचे शीड कोरडेच असते; कारण ग्लासमध्ये असलेली हवा.

६. ज्वलनाला हवा आवश्यक असते.
अ) एका थाळीत पेटलेली मेणबत्ती उभी राहील अशी ठेवा. तिच्यावर काचेचा ग्लास पालथा ठेवा. जरा वेळाने मेणबत्ती विझलेली दिसेल. मेणबत्तीच्या ज्वलनासाठी शुद्ध हवा लागते.

ती न मिळाल्याने मेणबत्ती विझते.

ब) एका थाळीत जळती मेणबत्ती उभी राहील अशी ठेवा. थाळीत थोडे पाणी ओता. ते मेणबत्ती भोवती पसरेल. जळत्या मेणबत्तीवर उभी दुधाची बाटली उपडी ठेवा. लवकरच मेणबत्ती विझते. बाटलीकडे पहा. बाटलीत पाणी वर चढलेले दिसले ? का ? मेणबत्तीने ज्वलनासाठी हवेचा काही भाग वापरला. त्याची जागा पाण्याने घेतली.

गमतीचे प्रयोग

१. पाण्या, पाण्या पळ ! थांब !
एक डबा घ्या. त्याच्या बुडाला व झाकणाला छिद्र पाडून डबा पाण्याने पूर्ण भरा. झाकण घट्ट लावा. आता झाकणाच्या छिद्रावर बोट (घट्ट) ठेवा. झाकणाच्या छिद्रावरील बोट उचलताच खालच्या छिद्रातून पाणी बाहेर येऊ लागते व झाकणाच्या छिद्रावर बोट ठेवताच पाणी बंद होते. हा ‘ खेळ ’ मित्रांना दाखवता येईल.

२. एक नाणे (उदा. २५ पैशांचे) घ्या. ते ओले करून कपाळावर दाबून बसवा. तुम्ही इकडे-तिकडे (मानेची) हालचाल केली तरी ते पडत नाही. बऱ्याच वेळाने पडते. नाण्यावर हवेचा दाब असतो ना !

३. बाटली केळ, अंडी खाते -
(कोंबडीचे) अंडे तोंडावर बरोबर बसेल अशा तोंडाची बाटली घ्या. अंडे उकडा व त्याच्यावरचे टरफल काढून टाका. कागदाचा तुकडा पेटवून बाटलीत टाका व तोंडावर अंडे ठेवा. जरा वेळ थांबा. बाटलीतील गरम झालेली हवा थंड होताच तिला कमी जागा लागते व आतील दाब कमी होतो व बाहेरील हवेच्या (जास्त असलेल्या) दाबामुळे अंडे हळूहळू बाटलीत ढकलले जाते; पण ते बाहेर कसे काढणार ?
हाच प्रयोग अंड्याऐवजी (सोललेले) केळे वापरून करता येतो.

४. फुगा पुस्तक उचलतो.
टेबलावर एक फुगा ठेवा; व त्याच्यावर एक पुस्तक ठेवा. जोराने फुंकून फुग्यात हवा भरा. फुगा फुगू लागला की पुस्तक हळूहळू वर उचलले जाते.

हवेला वजन असते.

कोट अडकावयाचा हँगर घ्या. त्याचा तराजूसारखा उपयोग करता येईल. (आकृती पहा.) त्याची खालची दांडी, तराजूची दांडी अडकावायला उपयोगी पडेल. तिच्या एका बाजूला हवा भरलेला फुगा -पेपर क्लिपने (चाप) तोंड बांधून अडकावायचा. दुसऱ्या बाजूला दोरा बांधून एक खिळा वजन म्हणून वापरायचा. खिळा मागे-पुढे सरकवून दांडी समतोल करायची. समतोल झाली हे पाहिल्यावर, खिळ्याच्या मागे एक स्केल चिकटवलेली उभी पट्टी ठेवायची. (साधी फूटपट्टी, सें. मी. मधील देखील चालेल) दांडीचे टोक पट्टीवर कोठे टेकले आहे हे पहा. आता हळूच पेपरक्लिप

उघडून फुग्यातील हवा सोडा. दांडीचे टोक पट्टीवर किंचित खाली सरकलेले व फुग्याच्या बाजूचे टोक वर उचललेले आढळेल. हवा सोडून दिल्याने 'तराजूचा' दांडा समतोल राहिला नाही.

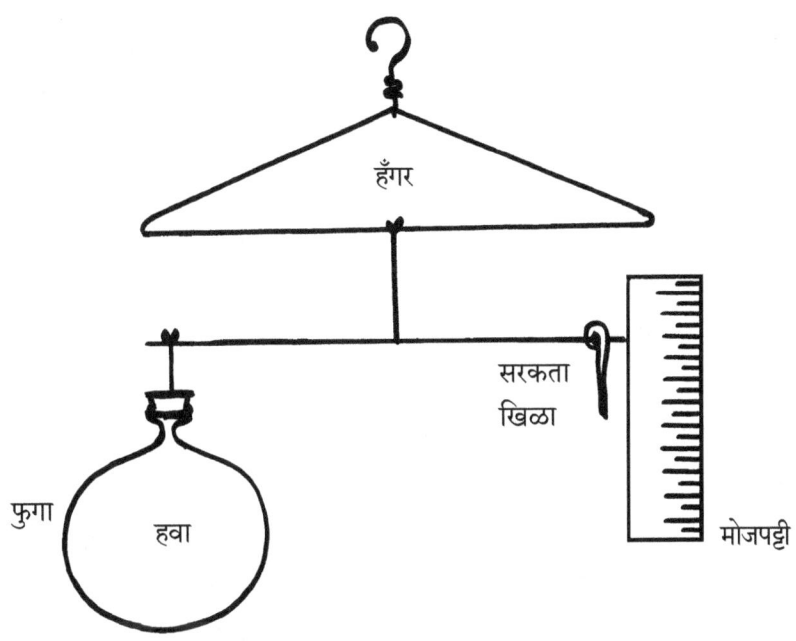

आकृती क्र. १ : हवेला वजन असते

हवेचा दाब

१. एक कातडी (रबराची) चकती घ्या. तिच्या मधोमध बारीक छिद्रातून दोरा ओवून घ्या. आता चकती खालच्या बाजूने ओली करून, खिडकीच्या तावदानावर दाबून बसवा. आता दोरा ओढा. बघा चकती निघते का? का निघत नाही ? तिची खालची बाजू ओली केल्याने, खालची बाजू व तावदानाची काच यामध्ये हवा नसते. हवेचा दाब फक्त वरच्या बाजूवर असतो; म्हणून हवा चकतीला दाबून ठेवते. ही चकती पाटीवर ठेवून देखील, हा प्रयोग करता येतो.

२. एक काचेचा ग्लास घ्या. तो पाण्याने पूर्ण भरा. त्याच्या तोंडावर बसेल असा-त्याच्या तोंडापेक्षा मोठा असा, कागद घ्या. ग्लासच्या तोंडावर कागद बसवावा. मात्र, कागदाखालून हवा शिरणार नाही, याची खबरदारी, काळजी घेऊन कागदावर हात ठेवून ग्लास उपडा करा. पहा, कागद खाली पडला का ? कागदावर ग्लासमधील पाण्याचा दाब असूनही तो पडत नाही. त्याला कोण दाबून धरते ? बाहेरील हवेचा दाब.

३. हवेचा दाब सर्व बाजूंनी असतो.

एक (छोटासा) रॉकेलचा डबा घ्या. त्याच्यात थोडेसे पाणी घालून तो तापत ठेवा. जरा वेळाने पाणी उकळू लागते. पाण्याची वाफ बाहेर येऊ लागते. पाणी उकळत असतानाच त्याचे तोंड घट्ट बूच लावून बंद करा. डबा खाली काढून त्याच्यावर गार पाणी ओता. (त्यामुळे आत असलेली पाण्याची वाफ थंड होऊन तिचे पाण्यात रूपांतर होईल. पाणी उकळत असताना, वाफेबरोबर हवाही बाहेर आलेली असते. आत फक्त वाफ राहते.) डबा वाकडातिकडा झालेला आढळेल; कारण हवेचा बाहेरील बाजूवर असलेला दाब.

हवेचा दाब कसा मोजतात?

एक साधारण मोठ्या तोंडाची दुधाची बाटली घ्या. एक मोठ्या तोंडाचे पातेले घ्या व त्यात पाणी असू द्या. आता बाटली पाण्याने पूर्ण भरा. तिच्या तोंडावर हात दाबून ती पातेल्यात उलटी करा; तिचे तोंड पातेल्यातील पाण्याखाली धरून हात काढून घ्या. बाटलीतील पाणी तसेच बाटली भरून राहिलेले दिसेल.

बाटलीतील पाण्याला हवा तोलून धरते.

निर्द्रव वायुभारमापक (आकृती क्र. २)

काचेची एक मोठी उभी बरणी घ्या. तोंड रबरी फुग्याच्या तुकड्याने बंद करा. बरणीतील हवा बाहेर येऊ नये म्हणून बरणीच्या तोंडाच्या बाहेरील भागावर तसेच रबरावर चिकट पदार्थ लावा. तसेच रबराभोवती बांधलेला दोरा घट्ट गुंडाळा व रबर हालणार नाही हे पहा. बरणीच्या तोंडावर असलेल्या रबराच्या मध्यावर एक लांबकाडी किंवा तार (आडवी राहील) अशी चिकटवा. तिचे दुसरे टोक एका उभ्या स्केलवर येईल असे करा. हा आपला घरगुती वायुभारमापक तयार झाला. दाब वाढला की रबर दाबले जाते व स्केलवरील काटा, 'दर्शक' वर जाईल; व कमी झाला की खाली येईल. याने अगदी काटेकोर माहिती मिळणार नाही; पण तत्त्व समजण्यास मदत होईल.

हा घेऊन महाबळेश्वरला गेलात तर मजा येईल व माहितीत भर पडेल.

बाटलीचे कारंजे (आकृती क्र. ३)

एक बाटली घेऊन ती पाण्याने अर्धी भरा. एका बुचाला भोक पाडून त्यातून पोकळ नळी (पेय पिण्यासाठी वापरतात तशी) घालून बाटलीला बूच घट्ट बसवा. नळीचे बाटलीतील टोक पाण्यात बरेच जाईल असे पहा. नळीच्या बाटलीबाहेरील टोकाला तोंड लावून खूप जोराने हवा आत फुंका. तोंड झटकन् बाजूला काढा. नळीतून जोराने पाणी बाहेर येऊन कारंजे उडताना दिसेल. बाहेरील टोक किंचित चिमटले तर पाणी पुष्कळ उंच उडेल.

कारण उघड आहे. जोरात आत फुंकलेली हवा पाण्यातून बुडबुड्याच्या रूपाने बाटलीतील असलेल्या हवेत मिसळते. हवेचा पाण्यावर असलेला दाब वाढतो व बाहेरील हवेच्या दाबापेक्षा तो जास्त झाल्याने पाणी वर ढकलले जाते.

हवेचे हे सारे प्रयोग पाहून झाल्यावर, समीर आणि अंजू बापूशी बोलू लागली.

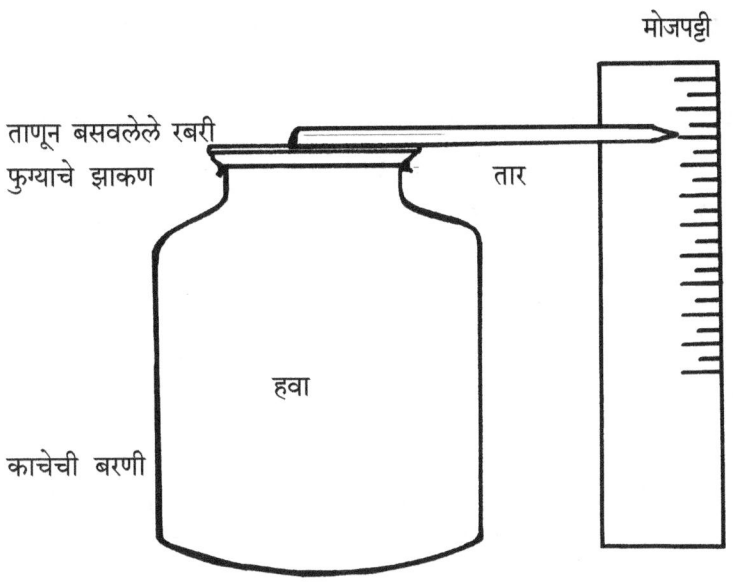

ताणून बसवलेले रबरी
फुग्याचे झाकण

तार

मोजपट्टी

हवा

काचेची बरणी

आकृती क्र. २ : घरगुती वायुभार मापक

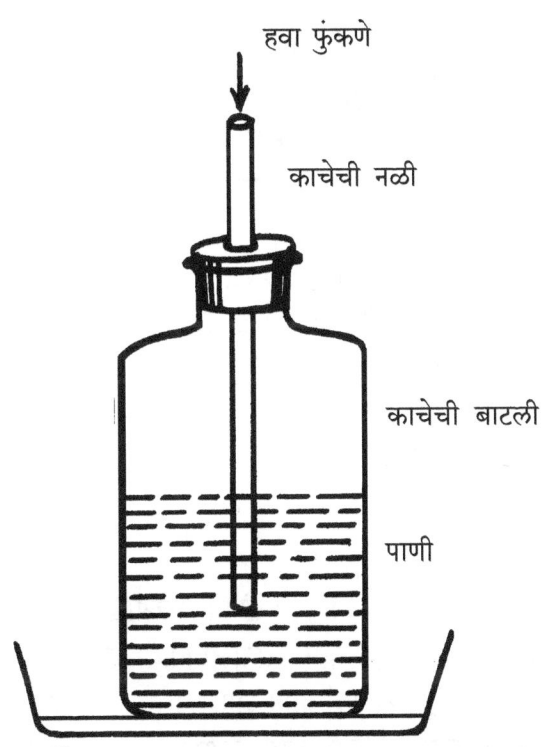

हवा फुंकणे

काचेची नळी

काचेची बाटली

पाणी

आकृती क्र. ३ : हवेच्या दाबाने पाण्याचे कारंजे

समीर : फुग्यात जास्त हवा भरली तर तो फुटतो. तसेच फुगा हवेत उंच उंच जातो व शेवटी फुटतो, तो का फुटतो ?

बापू : तूच सांग बरे याचे कारण. वर वर जाऊ लागले की हवा विरळ होऊ लागते, हे सांगितले, ते तू विसरलास. मग सांग विरळ हवेचा दाब कमी असेल का जास्त ?

समीर : विरळ हवेचा दाब कमी असतो. आले लक्षात. बाहेरील दाब कमी झाला की आतील हवेच्या दाबामुळे फुगा आणखी जास्त फुगेल आणि शेवटी फुटेल. हो ना ?

अंजू : तुम्ही सांगितले की हवा श्वसनाला आवश्यक असते. आपण हवा नाकावाटे आत घेतो व पुन्हा श्वासावाटे बाहेर टाकतो. मग घेतलेलीच हवा बाहेर टाकतो की ही वेगळी असते. म्हणजे मला असे म्हणायचे आहे की, हवा ही एकाच वायुरूप पदार्थाची बनलेली आहे का अधिक ?

बापू : तुझ्या प्रश्नातच उत्तर आहे त्याचं. घेतलेलीच हवा बाहेर सोडत असतो आपण, तर ती घ्यायचीच कशाला ? त्याचा अर्थ आपण जी हवा आत घेतो ती एकजिनसी नाही. तिच्यातला शरीराला आवश्यक भाग आत ठेवला जातो आणि निरुपयोगी व दूषित हवा बाहेर टाकली जाते. दुसऱ्या शब्दांत सांगायचं म्हणजे हवेचे निरनिराळे घटक आहेत. आपण कपडे उन्हात वाळत घालतो. ते वाळले म्हणजे त्यातील ओलसर भाग निघून जाऊन ते कोरडे होतात-वाळतात. तो ओलसर भाग कोठे जातो ?

अंजू : तो दिसत नाही. वाफ होत असावी त्याची. मग ती वाफ हवेचा घटक असते ?

बापू : होय. वाफ जेव्हा जलद होते. उदा. पाणी उकळत असताना, ती दिसते; पण सावकाश होत असता, ती दिसत नाही. हवेतील रेणूंमधील जागेत ती राहू शकते.

अंजू : म्हणजे हवेच्या घटकांत श्वसनाला आवश्यक, निरुपयोगी व वाफ इतके घटक आहेत म्हणता ?

बापू : हो. पण ह्यांचं प्रमाण सारखंच नसतं. ज्वलनासाठी हवा लागते. हा केलेला प्रयोग पुन्हा करून पाहू या. मात्र, यावेळी मेणबत्ती व पाणी उथळ भांड्यात घेऊन मेणबत्ती ठेवू या. मेणबत्ती पेटताच, ग्लास ठेवा व ग्लासमधील पाण्याची पातळी पहा. मेणबत्ती विझली की पातळी पहा. काय फरक दिसला ?

समीर : पाणी ग्लासमध्ये थोडं चढलेलं दिसलं.

बापू : ग्लासमधील सर्व हवा ज्वलनासाठी वापरली गेली असती तर ग्लास संपूर्णपणे पाण्याने भरला गेला असता. का गेला नाही ?

अंजू : आत हवेचा काही भाग शिल्लक राहिला व तो पाण्याच्या आत येण्याला मज्जाव करत होता.

बापू : बरोबर. ५ भाग हवेपैकी फक्त एक भाग श्वसनाला किंवा ज्वलनाला उपयोगी असतो. त्याला ऑक्सिजन किंवा प्राणवायू असं नाव आहे आणि दुसरा मोठा घटक म्हणजे नायट्रोजन किंवा नत्रवायू. याशिवाय कार्बनिक ॲसिड वायू, पाण्याची वाफ हे छोट्या प्रमाणात असतात.

समीर : का हो बापू पाण्याची वाफ हवेत असते हे प्रयोगाने दाखवता येईल का ?

बापू : हो. एक चकचकीत पृष्ठभाग असलेला (उदा. स्टेनलेस स्टीलचा) ग्लास घ्या. त्यात थोडे पाणी घाला. त्याचा बाह्य पृष्ठभाग कसा दिसतो ?

समीर : चकचकीत.

बापू : ठीक. आता त्यात बर्फाचे ३, ४ खडे टाका. थोडा वेळ थांबा. आता बाहेरील पृष्ठभाग कसा दिसतो ?

समीर : आता पहिल्यासारखा चकचकीत दिसत नाही. अंधूक दिसतो. का बरे ?

बापू : त्याच्या बाह्यपृष्ठभागावरून हलकेच बोट फिरवून पहा काही फरक पडतो का ?

समीर : हो. बोट फिरवले तर तेवढा पृष्ठभाग पुन्हा चकचकीत दिसू लागला; पण माझे बोटाला पाणी कसे लागले ?

बापू : ग्लासचा पृष्ठभाग बर्फामुळे एकदम गार झाल्याने त्याच्याजवळील हवेतील बाष्पाचे (वाफेचे) पाण्यात रूपांतर झाले व ते पाणी बाह्य पृष्ठभागावर बसलं. म्हणून तो अस्पष्ट-अंधूक दिसू लागला व बोट फिरवल्यावर ते बोट ओले झाले. पटले, हवेत बाष्प असते ते.

समीर : हो.

बापू : शिवाय थंडीत सकाळी आपण पानांवर दवाचे थेंब पाहतो, ते देखील हवेत असणारे बाष्पच - हवा थंड झाल्याने पाण्याच्या थेंबाच्या रूपात दिसते.

अंजू : कार्बनिक ॲसिड वायू - हवेचा अशुद्ध घटक ओळखण्यासाठी त्याचा एखादा गुणधर्म सांगा ना.

बापू : आपण पान खाताना जो चुना वापरतो तो थोडासा घ्या व थोड्या पाण्यात ढवळून थोडा वेळ पाणी स्थिर राहू द्या. चुना भांड्यात तळाशी बसेल. वरचे पाणी हलकेच दुसऱ्या भांड्यांत काढून घ्या. ह्यालाच 'चुन्याची निवळी' असे नाव आहे. चुन्याची निवळी असलेल्या भांड्यात जळती काडी चिमट्याने धरून सोडा. ज्योत विझली की भांड्यावर झाकण ठेवून भांडे चांगले हलवा. झाकण काढून पहा चुन्याच्या निवळीत काय फरक पडला आहे.

अंजू : अय्या. ती दुधाळली आहे. आधी स्वच्छ होती. आता पांढुरकी दिसू लागली आहे.

बापू : याचं कारण, चुन्याची निवळी दुधाळणे हा या वायूचा महत्त्वाचा गुणधर्म आहे हे होय. चुन्याच्या निवळीत जरी आपण फुंकत राहिलो तरी थोड्या वेळाने ती दुधाळलेली आढळेल; किंवा चुन्याची निवळी असलेली बरणी रात्रभर उघडी ठेवली तरी सकाळी हवेतील या वायूमुळे ती दुधाळलेली आढळेल.

समीर : पण का हो. हा वायू आपल्याला तयार करता येतो का ? म्हणजे श्वासावाटे बाहेर आपण टाकतो हे खरं. पण दुसरी रीत आहे का ?

बापू : हो, थोडा खायचा सोडा, अर्धे लिंबू, ग्लास व पाणी आण पाहू. आणलंस. ठीक. आता पाण्यात सोडा टाक आणि त्यात लिंबू पीळ. लिंबाचा रस सोडा असलेल्या पाण्यात पडल्यावर काय बदल दिसतो ?

समीर : त्या पाण्यात बुडबुडे उत्पन्न झाले व ते मिश्रण फसफसते आहे. ते कशामुळे हो ?

बापू : सोड्यावर लिंबाच्या रसाची क्रिया होऊन कार्बनिक ॲसिड वायू मोकळा होतो.

अंजू : हा ! आता माझ्या लक्षात आले. पांघरूण डोक्यावरून घेऊन झोपले की, जरा वेळाने कससंच घुसमटल्यासारखे वाटते. ते या वायूमुळेच असावे.

बापू : होय. तोंड पांघरुणाने झाकून घेऊन झोपू नये. शुद्ध हवेचा पुरवठा व अशुद्ध हवा बाहेर जायला मार्ग असला की, आरोग्य चांगले राहण्यास मदत होते.

समीर : सिनेमा थिएटरात खूप माणसे असतात व त्याची दारं बंद करतात. इतक्या माणसांच्या श्वासामुळे हवा खूपच अशुद्ध होत असेल ना ? मग तेथे शुद्ध हवेचा पुरवठा कसा होतो ?

अंजू : अरे, तिथं पंखे फिरत असतात ना ? छतापासून कितीतरी खाली फिरते ठेवलेले असतात.

बापू : त्या पंख्यांचा उपयोग तुम्हाला उकडत असल्यास वारा मिळावा म्हणून होतो; पण तुम्ही पाहिलं नाही. सिनेमा थिएटरच्या भिंतीत वरती पंखे बसवलेले असतात व त्या पंख्यामुळे अशुद्ध हवा बाहेर खेचली जाते. शुद्ध हवेचा पुरवठा करण्यासाठी जमिनीजवळ भिंतीत वाटोळ्या, वर्तुळाकार खिडक्या लहानशा जाळ्या बसवलेल्या असतात.

समीर : म्हणजे खालून शुद्ध हवेचा पुरवठा होतो व अशुद्ध हवा वरच्या भागातून जाते काय ?

बापू : हो, अशा योजनेला वायूवीजन म्हणतात. तुम्हाला एक गंमत पहायची आहे ? ठीक. एक ८-१० इंच लांब व ४ इंच तोंड असलेली कागदी-पुठ्ठ्याची पेटी आण. तिचे एक तोंड काढून टाकू. एका बाजूच्या तळाजवळ वर्तुळाकार भाग कापू व वरच्या तोंडाकडच्या भागावर पण तसेच छिद्र ठेवू. आता एक उदबत्ती व मेणबत्ती आणा. मेणबत्ती पेटवून तिच्यावर खोकं ठेवू या. मेणबत्ती जळत राहिली आहे ना ?

समीर : होय. पण त्यासाठी शुद्ध हवा कोठून मिळते ? खालच्या भोकातून ?

बापू : कशावरून ?

अंजू : पण ती उदबत्ती कशाला आणली आहे ?

बापू : खरंच की, उदबत्ती पेटवून खालच्या भोकाजवळ आण. काय दिसत आहे ?

अंजू : उदबत्तीचा धूर त्या भोकातून आत जात आहे. म्हणजे शुद्ध वारा त्या भोकाकडे वाहतो आहे. आत जातो आहे व त्याच्यामुळे धूर तिकडे जातो. असंच ना !

बापू : अगदी बरोबर. या प्रयोगाने तुमची खात्री पटली का ?

अंजू : सर्व प्राणी श्वसन करतात म्हणजे बराच अशुद्ध निरुपयोगी भाग बाहेर सोडत असतात. होय ना ! मग हवेत अशुद्ध वायूचे प्रमाण का वाढत नाही ?

बापू : निसर्गाने हा समतोल साधण्याची योजना केली आहे. वनस्पतींना वाढीसाठी कार्बनडायऑक्साइडची जरुरी असते; त्या, तो हवेमधून घेतात व त्याचे विघटन करून सूर्यप्रकाशात ऑक्सिजन बाहेर टाकतात व कार्बन आपल्या वाढीसाठी ठेवून घेतात, यावरून झाडांचे, वनस्पतींचे महत्त्व तुमच्या लक्षात येईल.

समीर : मोटारी, रिक्षा धूर सोडत जातात. तो धूर हवा अशुद्ध करतो का ?

बापू : होय. येवढेच काय पण जेथे खूप कारखाने आहेत. उदा. मुंबई, अशा ठिकाणी हवा अशुद्ध

होण्याची ही एक व अनेक कारणे आहेत; अशा ठिकाणी त्यामुळे निरनिराळे रोगही होण्याची शक्यता असते.

अंजू : आणखी कोणते वायू आहेत ?

बापू : हायड्रोजन नावाचा वायू आहे. तो पाण्याचा घटक असतो. पाणी हे हायड्रोजन व ऑक्सिजन उर्फ प्राणवायू यांचे रासायनिक संयुग आहे. हायड्रोजन हा अत्यंत हलका वायू आहे. सर्वात हलका म्हणा ना! हा जर फुग्यात भरून तो फुगा हवेत सोडला, तर तो हलका असल्याने खूप उंचीपर्यंत जाऊ शकतो. विमानाचा शोध लावण्यापूर्वी याचा उपयोग उड्डाणासाठी करत असत.

अंजू : मग ते का बंद केले ?

बापू : एक तर हा वायू व हवा यांचे मिश्रण स्फोटक असते; व या विमानांना दिशा देणे अवघड होते. नंतर हेलियम नावाचा वायू वापरून फुगा सोडत. हेलियम स्फोटक नसल्याने अधिक सुरक्षित होत, एवढंच!

पतंग

संक्रांतीचे दिवस. जिकडे तिकडे पतंग उडवणारी मुलं. काटलेला पतंग वाऱ्यावर हेलकावत-तरंगत चालला आहे. तो पकडण्यासाठी मुलं धावत आहेत. वाहनचालकांची धावपळ होत आहे. न जाणो एखाद्या पतंगाकडे लक्ष असलेलं मूल वाहनाखाली सापडण्याची भीती-वाहनाकडे त्यांचे लक्ष असते कुठे.

गुजरातेत हा पतंगोत्सव-उत्सवच म्हणू-मोठ्या प्रमाणावर. मोठा उत्साह.

हा पतंगोत्सव किंवा पतंगाची हौस आपल्याच देशात आहे असे नाही. पतंग फार पूर्वीपासून-युरोप, चीन, जपान इ. देशात आकाशात पाठवले जात. काय कारण असावं बरे ?

बापू : माणसाला आकाशाचे वेड असावं. रामायणकालात हनुमानानेदेखील गगनात उड्डाण केले होते. जटायू व संपाती यांची पण अशीच कथा आहे.

समीर : जटायूचे पंख रावणाने कापले व संपातीने मारुतीला रावणाने सीतेला पळवून लंकेला नेल्याचे सांगितले; पण त्याची आणखी कथा आहे ?

बापू : हो तर. ते दोघे भाऊ आकाशात उंच उंच जाऊ लागले. सूर्याचा ताप जटायूला सहन होईना. म्हणून संपातीने त्याला आपल्या पंखाखाली घेऊन उड्डाण चालूच ठेवले; पण सूर्याच्या उष्णतेने त्याच्या पंखांना इजा होऊन तो खाली कोसळला. अशाच प्रकारची कथा ग्रीक पुराणात आहे.

अंजू : पण पतंग उडवण्याची कल्पना कोणाची ? आणि किती वर्षांपासून ही चालू आहे ?

बापू : बऱ्याच वर्षांपासून. म्हणजे इ. स. आधीपासून. शोध कोणी लावला सांगणे कठीण. कोणी म्हणतात ग्रीक लोकांनी तर कोणी म्हणतात चिनी लोकांनी. आजही पूर्वेकडील देशात पतंगाचे वेड आहे.

अंजू : पतंग फक्त खेळाचे साधन आहे का त्याचा आणखी काही उपयोग केला आहे ?

बापू : पतंगाच्या मदतीने वाऱ्याचा वेग, हवेचा दाब, तापमान इत्यादी माहिती मिळवण्याचा प्रयत्न होत असे. मानवाची सारखी धडपड चालू असल्याने पतंगाच्या साहाय्याने आकाशातून फोटो घेण्याचे देखील प्रयत्न केले. विमानाचा शोध लागल्याने पतंगाचा उपयोग मागे पडला.

समीर : पतंगाचा आकार आपण पाहतो. तसाच असतो का वेगळ्या वेगळ्या आकाराचे असतात ?

बापू : वेगवेगळे असतात व ते पुष्कळ मोठेही असतात. पतंगाच्या साहाय्याने एका माणसाला आकाशात उडता यावे, असेही पतंग तयार केले होते. चिनी पतंग सर्पाकृती, रंगीबेरंगी असतात. पतंगाच्या साहाय्यानेच बेंजामिन फ्रँकलिन याने आकाशातील वीज व तारेतून वाहणारी वीज एकाच प्रकारची असली पाहिजे हे दाखवून दिले.

समीर : पतंगाचे आणखी काही उपयोग आहेत का ?

बापू : पतंगाचे असे नाहीत पण पतंगाच्या तत्त्वावर कार्य करीत असलेल्या एका साधनाची अलीकडे माहिती कमी आहे. एक तर आपल्या देशात ते पहायला मिळत नाहीत. म्हणजे असं की, अलीकडे पीठ दळण्याच्या विजेवर चालणाऱ्या किंवा इंजिनावर चालणाऱ्या गिरण्या असतात; पण पूर्वी काही ठिकाणी वाऱ्याच्या दाबाचा-गतीचा उपयोग करून पवनचक्क्या हेच काम करीत.

अशीच एक संध्याकाळ. आज विमान का उडते याची माहिती कळेल, या भावनेने मित्रमंडळी पण जमली होती. भाऊसाहेबही आज आले होते.

अंजू : या भाऊसाहेब, आम्ही किती दिवस तुमची वाट पाहतो.

भाऊ : आज काय शंका आहे तुझी ?

अंजू : शंका नाही; पण परवा बाबा म्हणाले की मोठ्ठे फुगे तयार करून त्यात हलका वायू भरतात व त्यामुळे प्रवासाला व इतर संशोधनाला मदत होते. पण प्रवासाला कशी मदत होत असते हो !

भाऊ : परवा पेपरमध्ये आलेली बातमी तू वाचलीस ? अग एक अमेरिकन मॅक्सी अँडरसन व त्याच्याबरोबर आणखी दोघेजण यांनी मिळून अमेरिका ते युरोप-म्हणजे अटलांटिक महासागर अशा प्रकारच्या फुग्यातून-बलूनमधून ओलांडण्याचा विक्रम केला आहे व तो आता त्यातून पृथ्वीप्रदक्षिणा ८० दिवसांत करण्याचा विचार करतो आहे. अर्थात, अशा प्रकारच्या बलूनमधून मोठ्या प्रमाणावर प्रवासी नेण्याची शक्यता कमी! पण हौस व गंमत तर पहिल्यापासूनच माणसाचे सोबती आहेत. हो की नाही !

समीर : अहो आता जंबो जेटमध्ये ३००, ४०० प्रवासी बसू शकतात. मग बलून्स कशाला ? आणि बलूनचा वेग थोडाच एवढा असणार ?

भाऊ : बरोबर. त्यांचा वेग कमी असतो.

अंजू : पण बलून, या कामासाठी वापरण्याची कल्पना कोणी काढली ?

भाऊ : कल्पना कोणाची हे नक्की नाही सांगता येणार; पण जर्मनीतील काउंट झेपेलिन यांनी ही कल्पना प्रत्यक्षात आणली हे खरं.

समीर : पण रामायणात पुष्पक विमानातून लंकेहून राम-लक्ष्मण-सीता परत आले असे लिहिले आहे. त्यावेळी विमाने होती का ?

भाऊ : मोठा अवघड प्रश्न विचारलास. होती असं म्हटलं तरी अवघड. नव्हती म्हटलं तर... उल्लेख आहे. माझं मत – माझं हं – असं आहे की त्याकाळी बलून्सच वापरत असावेत; व त्यांना हंसासारखे बळकट पंखांचे पक्षी पण जोडलेले असावेत; कारण त्यांचे विमानाचे चित्र तुम्ही पाहिले आहे ?

अंजू : हो. वरचा आकार-गोलाकार तुम्ही म्हणता त्याप्रमाणे बलूनचा असतो खरा.

भाऊ : आपण समजतो त्यापेक्षा आपले पूर्वज संशोधनात फार प्रगती केलेले असावे. आता हळूहळू लोकांना ते पटू लागलं आहे. तेव्हा अशी विमाने बनवणे त्यांना अशक्य नसावे. शिवाय यांना इंधन-पेट्रोल इ. लागत नसल्याने स्वस्त वाहन नाही का ?

अंजू : पण आता जी विमाने आपण पाहतो. ती हवेपेक्षा यंत्र असून हवेतून कशी जाऊ शकतात ? त्यांना कोण हवेत उचलून धरते ?

भाऊ : तुम्ही विमानतळावर गेला आहे का ? विमान प्रवासाला निघाले की त्याची हालचाल पाहिली आहे ?

अंजू : हो. एक लांब अशी धावपट्टी असते. तिच्या एका टोकाला विमान उभे असते. तिथून ते निघाले की हळूहळू वेग वाढवत ते धावपट्टीवर धावू लागते; व काही अंतर गेल्यावर हवेत उचलले जाते; व वरवर जात आभाळात जाते.

भाऊ : छान! तू काळजीपूर्वक बघितले आहेस. आता विमानाचा लक्षात येणारा भाग कोणता ?

समीर : त्याचे पंख व मागची शेपटी.

भाऊ : अरे वा ! तू पण गेला होतास वाटते. ठीक. आता विमान का उचलले जाते-याचे उत्तर तुम्हाला पाहिजे नाही का ?
आपण दोन सारख्याच जाडीची पुस्तक घेऊ व त्यांच्यावर एक कार्ड ठेवू. आता त्या कार्डावर जोराने फुंका. ते कार्ड पुस्तकावरून उडून जाते का ?

समीर : हो. न जायला काय झालं ! मी फुंकून पाहू का ?

भाऊ : पहा ना. तू पहा. अंजू तू पण पहा. मित्रमंडळींपैकी कोणीही पहा.

अंजू : नाही बाई. ते फार अवघड आहे. सोपं वाटलं? पण नाही. हे कार्ड असं कोण धरून ठेवतं ?

भाऊ : तुम्ही जेव्हा पुस्तकामधून व कार्डाच्या खालून-फटीतून जोराने फुंकता त्यावेळी त्या हवेच्या वेगामुळे कार्डाच्या खाली हवेचा दाब कमी झाला व कार्डावर हवेचा दाब जास्त असल्याने कार्ड हलू शकले नाही आणि जेव्हा तुम्ही कार्डावरून फुंकता तेव्हा वरचा दाब जास्त होतो;

म्हणून कार्ड हलत नाही. म्हणजे तुम्ही कार्डाच्या वरच्या बाजूने फुंका किंवा खालच्या बाजूने फुंका. हवेच्या दाबामुळेच कार्ड हालू शकले नाही. पतंग तुम्ही कधी उडवला आहे का ?

सर्व : हो ! पुष्कळ वेळा.

भाऊ : पतंग वर हवेत असताना हातात धरलेल्या दोऱ्यावर ताण भासतो का ?

समीर : हो. जसजसा तो वर जातो तसतसा ताण वाढतो. तो दोरा ओढतो आहे असे वाटते.

भाऊ : असे का वाटते ? पतंग हवेपेक्षा जड असून तो वर वर जातो. याचे कारणं–दोऱ्यावरचा ताण तुम्हाला सांगेल. पतंगावर खालच्या बाजूने हवेचा जास्त दाब निर्माण होतो व त्यामुळे तो वर ढकलला जातो व तरंगतो; म्हणूनच दोऱ्यावर ताण भासतो.

अंजू : पण विमानाला कोण वर ढकलते ?

भाऊ : एक कागदाची लांब पट्टी तोंडापुढे हातात धर. प्रथम ती खाली लोंबताना दिसेल. आता पट्टीवरून जोराने फुंकर मार. काय झालं ?

अंजू : अरेच्या. पट्टी वर उचलली जाते. का बरं ? खालून हवेचा दाब वाढला का ? पण खालचा दाब तर वाढला नाही–वाढण्याकरिता आपण काहीच केलं नाही. मग वरून फुंकल्यामुळे हललेल्या हवेमुळे वरचा दाब कमी झाला असावा. दुसरं कारण तर दिसत नाही.

भाऊ : तुझी कल्पना अगदी बरोबर आहे. २५० वर्षापूर्वी बर्नोली या शास्त्रज्ञाने प्रथम हा शोध लावला. त्याचे म्हणणे असे की, प्रवाही पदार्थ जेव्हा अत्यंत गतिमान होतात त्यावेळी त्यांचा दाब अत्यंत कमी असतो. हा नियम पाण्यालाही लागू आहे. नदीच्या रुंद पात्रापेक्षा अरुंद जागी पाणी जास्त वेगाने वाहते याचे कारण हेच आहे.

भाऊ : विमानाबद्दल आणखी एक महत्त्वाची गोष्ट तुमच्या लक्षात आलेली दिसत नाही. तुम्ही त्याचे पंख सांगितले. पण त्याचा आकार विशिष्ट प्रकारचा–निमुळता होत जाणारा असतो हे सांगायचे राहिले. होय ना ? तुम्ही विमान फार जवळून पाहिले नसल्याने, त्याच्या पंखाचा वरचा भाग वक्राकार असतो, हे तुमच्या लक्षात आले नाही. सुरुवातीला त्याच्या खालच्या भागावर हवा आदळत राहील असा त्याचा कोन केलेला असतो. विमानाला गती मिळाली की, गतिमान झालेल्या हवेमुळे पंख्याखालील दाब वाढू लागतो. खालचा दाब वाढल्यामुळे विमानाचे पंख वर उचलले जातात आणि पंख मोठे असल्याने सबंध विमान वर उचलण्याइतका खालून दाब उत्पन्न होतो. वेग वाढला की दाबही वाढतो आणि विशिष्ट वेगानंतर विमान जमिनीवरून वर उचलले जाते.

अंजू : हे सर्व होण्यास किती वेळ लागतो ?

भाऊ : विमान सुरू झाले की त्याचे पंख हवेला बाजूला ढकलू लागतात. पंखांना घासून जाणाऱ्या हवेमुळे पंख्याच्या वरील भागावरील दाब कमी होऊ लागतो. ज्या वेगाने विमान धावपट्टीवरून धावता धावता वर उचललं जाते, त्याला Take off Speed असे नाव आहे. हे सर्व धावपट्टी संपण्याच्या आतच होते–व्हावे लागते.

समीर : धावपट्टीची लांबी किती असते ?

भाऊ : ते विमानाच्या वजनावर अवलंबून आहे. विमानांत बरेच जड सामान असेल तर त्याला उचलणारा दाबही जास्त लागेल. त्यासाठी लांब धावपट्टी व जास्तीत जास्त वेगही असावा लागेल.

वारा का वाहतो ?

समीर : बाबा, मला एक शंका आहे. पृथ्वीभोवती हवेचा महासागर आहे हे तुम्ही सांगितले; पण हवा का बदलते व वारा का वाहतो ? कारण काय आहे ?

बापू : वारा वाहण्याचे मुख्य कारण म्हणजे उत्पन्न होणारा हवेच्या दाबामधील फरक. हा उष्णतेमुळे उत्पन्न होऊ शकतो.

समीर : उष्णतेचा कसा संबंध येतो ?

बापू : घट्ट झाकण असलेला एक डबा घेऊ या. डब्याला झाकण घट्ट लावून डबा तापत ठेवला, तर आतली हवा पण तापेल नाही का ?

समीर : हो ना ! अहो, पण डब्याचे झाकण बाहेर फेकले गेले. फट्कन उडाले. का बरे ?

बापू : जेव्हा डब्यातील हवा तापते. तेव्हा तिचा दाब वाढतो. डब्याच्या झाकणाच्या आतील बाजूवर जोर वाढतो. बाहेरच्या हवेच्या दाबापेक्षा आतील हवेचा दाब जास्त झाला की झाकण फेकले जाते.

समीर : पण दाब का वाढतो ?

बापू : उष्णतेमुळे पदार्थ तापतात. हे तुम्हाला माहिती आहे. पदार्थ असंख्य अणू व रेणू यांचा बनलेला असतो व हे सारखे हालत असतात हे आपण शिकलो आहे. ते एकमेकांना धक्के देत असतात. पदार्थ अधिक तापू लागला की रेणूंची गती वाढते. ते अधिक जलद गतीने हलू लागतात व त्यामुळे धक्के, अधिक धक्के देतात. म्हणजेच दाब वाढतो.

अंजू : उष्णतेचा आणखी काही परिणाम होतो का ?

बापू : होय. उष्णतेने सर्व पदार्थ प्रसरण पावतात. म्हणजे त्यांची लांबी वाढते. घनफळ वाढते.

समीर : तुम्ही म्हणाला की उष्णतेने सर्व पदार्थ तापतात; पण काही जास्त तापतात तर काही कमी. उदा. फरशी जास्त तापते तेवढा लाकडी जिना तापत नाही. डांबरी रस्ता जास्ती तापतो− तितका बिनडांबरी तापत नाही असे का ?

बापू : फार गुंतागुंतीचा प्रश्न तू विचारलास; पण या प्रश्नात तुमचा वारा का वाहतो याचे उत्तर आहे. एका भांड्यात पाणी घालून ते उन्हात ठेव. फरशी जेवढी गरम होते. तेवढे पाणी होत नाही. याचं कारण पुन्हा केव्हातरी सांगेन; पण जमीन पाण्यापेक्षा लवकर गरम होते. हे तुला पटले का ?

समीर : हो !

बापू : मग जमिनीजवळची हवा, समुद्रावरील हवेपेक्षा जास्त तापते, हे लक्षात ठेव. म्हणजे ती हवा तापली की प्रसरण पावते − व हलकी होऊन वर जाते; व तिची जागा समुद्रावरची कमी तापलेली हवा घेते. म्हणून समुद्राकडून जमिनीकडे वारा वाहू लागतो.

अंजू : मग जमीन जशी पाण्यापेक्षा लवकर तापते तशी थंडही होत असेल.

बापू : तू बरोबर निष्कर्ष काढलास. रात्री जमीन लवकर थंड होते. तिच्यावरील हवा पण थंड होते व रात्री जमिनीकडून समुद्राकडे वारा वाहतो; कारण समुद्राचे पाणी जमिनीइतके जलद थंड होत नाही.

समीर : म्हणजे हा रोजचाच कार्यक्रम म्हणा की, दिवसा समुद्राकडून जमिनीकडे व रात्री याच्या उलट जमिनीकडून समुद्राकडे. हो ना?

बापू : हो आणि पृथ्वीचा अक्ष जर कललेला नसता तर असंच चाललं असतं; पण अक्ष कलल्यामुळे ऋतू उत्पन्न झाले.

अंजू : ते कसं काय ? म्हणजे आपला जेव्हा उन्हाळा असतो, तेव्हा आपण राहतो तो पृथ्वीचा भाग सूर्याकडे कललेला असतो ?

बापू : होय; आणि आपला जेव्हा हिवाळा असतो तेव्हा आपला भाग सूर्यापासून दूर सरकलेला असतो.

समीर : म्हणून उन्हाळा आणि हिवाळा हे होतात ?

बापू : नुसता उन्हाळा-हिवाळा होत नाहीत. तर त्यामुळेच पाऊस आणणारे वारे पण वाहतात.

अंजू : ते कसे काय ?

बापू : आपल्या देशाच्या तीन बाजूला समुद्र आहे. उन्हाळ्यात भारताचा जमीनीचा भाग जास्त तापतो. म्हणून समुद्रावरून वारे जमिनीकडे येऊ लागतात व समुद्रावरही सूर्य प्रखरपणे प्रकाशत असल्याने पाण्याची वाफ होत असते व वाऱ्याबरोबर ढगही येतात व आपल्याला पाऊस मिळतो. आपला उन्हाळी पावसाचा देश आहे व ढग वाऱ्यामुळे येतात. हे लक्षात ठेवा.

अंजू : बाबा, हवेविषयी खूप माहिती तुम्ही सांगितली. पण हवेचा शोध कोणी लावला ?

बापू : हवेचा शोध कोणी लावला हे सांगणे अवघड-अशक्य आहे. कारण जगाच्या उत्पत्तीपासून हवा आहेच. ती कोणी उत्पन्न केली ? तिचा शोध कोणी कोणी लावला या प्रश्नाला माझ्याजवळ उत्तर नाही. आपल्या पूर्वजांनी पृथ्वी, आप (पाणी), तेज (अग्नि, सूर्य इ.) वायू व आकाश यांना पंचमहाभूते असे नाव दिले आहे. आत हवा निरनिराळ्या वायूंची बनलेली आहे. तिचा प्राणवायू हा एक घटक आहे. हा शोध कोणी लावला असा प्रश्न विचारलास तर त्याचे उत्तर देणे शक्य आहे.

समीर : बरं त्याची माहिती सांगा.

बापू : या वायूच्या शोधासंबंधी तर गंमतच आहे. स्वीडनमधील एक शास्त्रसंशोधक कार्ल विल्यम शोल नावाचा इ. स. १७४२ ते १७८६ या काळात होऊन गेला. ज्वलनप्रक्रियेला हवा लागते. यावरून प्राणवायूचा शोध लागला; पण त्याने केलेले प्रयोग प्रसिद्ध न झाल्याने त्या शोधाचे श्रेय त्याला मिळाले नाही. याच काळात जोसेफ प्रीस्टले (१७३३ ते १८०४) हा इंग्रज रसायनशास्त्रज्ञ होऊन गेला. यानेही याच बाबतीत प्रयोग केले व १७७४ मध्ये प्राणवायूचा शोध लावला. याने अमोनिया, कार्बन मोनॉक्साईड, नायट्रोजनचे ऑक्साईड इत्यादी वायूंचा शोध लावला. मात्र, प्राणवायूला ऑक्सिजन हे नाव त्याने दिले नाही. ते

देणारा आणखी एक फ्रेंच शास्त्रज्ञ आंतोइन लॅव्हॉइज्ये त्याच काळात (१७४३ ते १७९४) होऊन गेला. तो फार बुद्धिमान होता. याला खगोलशास्त्र, वनस्पतिशास्त्र व रसायनशास्त्र यांची फार आवड होती; व त्याने त्यांचा विशेष अभ्यास केला होता. रसायनशास्त्राचा पद्धतशीर अभ्यास करण्यासाठी याची प्रयोगशाळा उत्तम प्रकारची होती. यानेच ऑक्सिजन हे नाव प्राणवायूला प्रथम दिले. फ्रान्समधील झालेल्या राज्यक्रांतीत याचा बळी पडला. याने दशमान पद्धतीचीही सुरुवात केली.

अंजू : हे तिघेही एकाच वेळी कार्य करीत असून, त्याची एकमेकांना माहिती नव्हती ?

बापू : हो शक्य आहे. एक तर तेव्हा आता इतके शास्त्रशिक्षण व संशोधन प्राप्त झाले नव्हते; व पुष्कळ शास्त्रज्ञ आपण करीत असलेले प्रयोग लोकांना कळू नयेत म्हणून गुप्त ठेवीत. शास्त्र विषयाला त्या काळी विशेष महत्त्व नव्हते. फार कशाला आपल्या राज्यातही हा विषय १९२५ पर्यंत शाळेत शिकवीत पण मॅट्रिक परीक्षेला तो विषय नव्हता- त्याची परीक्षा घेतली जात नसे.

समीर : हवेचा वायुभारमापक शोधक पास्कलविषयी माहिती सांगा ना. तो फ्रेंचच होता ना ?

बापू : पास्कल हा फ्रेंच शास्त्रज्ञ १६२३ ते १५६२ या काळात होऊन गेला. याचे शिक्षण घरीच झाले होते. 'जल' विषयक संशोधन याने बरेच केले आहे. पाणी व हवा यावर दिलेला दाब सर्व दिशांनी सारखाच पाठवला जातो – हा सिद्धान्त त्याच्या नावानेच प्रसिद्ध आहे. यानेच पाऱ्याऐवजी पाणी वापरून वायुभारमापक तयार केला.

अंजू : पारा वापरून कोणी तयार केला होता ?

बापू : टॉरिचेली या इटालियन शास्त्रज्ञाने (१६०८ ते १६४७) हा वायुभारमापक तयार केला. याने त्याच्याबरोबर सूक्ष्मदर्शक व दूरदर्शक याबद्दलही काही प्रयोग केले होते. १६४३ मध्ये वायुभारमापक तयार केला; म्हणून वायुभारमापकातील वरच्या निर्वात पोकळीला याचे नाव- ' टॉरिचेलीची निर्वात पोकळी ' असे नाव दिले आहे.

वायुभारमापकाचा उपयोग पर्वताची उंची मोजण्यासाठी करण्याची कल्पना रॉबर्ट बॉईल याची. हा आपल्या वडिलांचे १४ वे अपत्य, वडील लवकर निवर्तले. गरिबीत दिवस काढावे लागले; पण जिद्द दांडगी. संशोधक म्हणून नाव मिळवले. हवामान शास्त्रज्ञांत सर फ्रान्सिस गाल्टन याचेही नाव महत्त्वाचे मानले जाते.

समीर : आता जी विमाने आपण पाहतो- म्हणजे हवेपेक्षा जड असलेली, यांचा शोध लावण्याच्या कामात विशेष कामगिरी कोणाची ?

बापू : अमेरिकेतील बिल्बर राइट (१८६७ ते १९१२) व ऑव्हिल राइट(१८७१ ते १९४७) या दोन भावांनी, हवेपेक्षा जड असे यांत्रिक विमान तयार करून उडवण्यात यश मिळवले. हे शास्त्रज्ञ नव्हते; पण पहिल्यापासून यांत्रिक उद्योगात यांचे मन रमत असे. यांचे सायकली दुरुस्त करण्याचे दुकान होते. पण लोकांचे हवेतील उड्डाणाचे प्रयोग पाहून, यांनी ग्लायडरच्या साहाय्याने प्रयोग सुरू केले. पहिले विमान १९०३ मध्ये तयार केले. त्याचे वजन ७५० पाउंड. ते फक्त १ मिनिट आकाशांत होते. त्यात सुधारणा होत होत आताची प्रचंड व वेगवान विमाने तयार झाली.

लिंडबर्ग या वैमानिकाने १९२७ मध्ये अटलांटिक महासागर एका झेपेत पार केला. यावरून विमानाच्या प्रगतीची कल्पना येईल.

हवेचा दाब-परिणाम

दुसरे दिवशी पुन्हा मुले जमली, एकमेकांत पाहिलेल्या प्रयोगाची चर्चा करत होती.

अंजू : हवेचा केवढा मोठा दाब आपल्या अंगावर आहे. मला तर बाई ऐकूनच कससं वाटलं.

समीर : आणि वाऱ्याचा जोर तरी किती ? पण वारा का वाहतो ? म्हणजे एकीकडची हवा दुसरीकडे का जाते ? हे केव्हातरी विचारले पाहिजे. चला आता फाउंटनपेनमध्ये शाई भरली पाहिजे.

अंजू : दौतीने नको शाई ओतू. बाहेर सांडते. बाबांनी आणलेली फुगा बसवलेली काचेची नळी घे.

समीर : ती कशी वापरतात ?

अंजू : मी पाहिले आहे. बाबा नळी घेतात नळीचे निमुळते टोक शाईत बुडवतात. व फुगा दाबून सैल सोडतात. नळीत शाई शिरते; व नळी बाहेर काढून फाउंटनपेनच्या तोंडावर नळीचे बारीक टोक धरून पुन्हा फुगा दाबतात. हळूहळू नळीतून शाई बाहेर येऊन फाउंटनपेन मध्ये पडते.

समीर : पण फुगा दाबायचा, सैल सोडायचा यामुळे कशी शाई आत शिरते. थांब बाबा आलेच. त्यांनाच विचारू. बाबा, या नळीनं शाई कशी भरतात हो !

बापू : अरे तुम्ही हवेच्या दाबाची माहिती घेतली आहे ना ? फुगा दाबला की नळीतील काही हवा निघून जाते. नळीच्या आतील हवेचा दाब कमी होतो. दौतीतल्या शाईच्या पृष्ठभागावर हवेचा दाब जास्त असल्याने शाई नळीमध्ये ढकलली जाते व फाउंटनपेनमध्ये शाई भरताना आपण फुगा दाबताच, फुग्यातली हवा शाईला बाहेर ढकलते.

अंजू : आणखी एखादं असं साधन आहे का ? दाब कमी झाला की द्रव आत शिरतो हे दाखवणार.

बापू : तुम्ही तुमच्या आसपासच्या गोष्टी नीट पाहत नाही. रंगपंचमीला तुम्ही रंग उडवण्यासाठी पिचकारी वापरता. पिचकारीत रंग कसा शिरतो ह्याचा कधी विचार मनात आला का ? विचार करून सांग बरं मला.

अंजू : हं आता आलं लक्षात. पिचकारीचे टोक रंगांत बुडवून दट्ट्या मागे ओढला की दट्ट्याखालची, परंतु नळीमधील हवा विरळ होते– तिचा दाब कमी होतो व बाहेरील हवेचा दाब, द्रव रंगावर असल्याने तो नळीत शिरतो आणि दट्ट्या खाली ढकलला की, रंगीत पाणी दाबले जाते व आल्या वाटेने पिचकारीतून बाहेर पडते. असंच ना बाबा ?

बापू : अगदी बरोबर ! शाब्बास. याचप्रमाणे क्रिया डॉक्टरच्या इंजेक्शनच्या पिचकारीमध्ये, रॉकेलच्या पंपात होत असते – (डोळ्यांत औषधाचा थेंब घालण्याचा ड्रॉपर)

पाणी

हवेच्या खालोखाल तुमच्या परिचयाचा पदार्थ म्हणजे पाणी. पिण्यासाठी व अन्न तयार करण्यासाठी, धुण्यासाठी त्याचा उपयोग तुम्हाला माहिती आहे. त्याशिवाय त्याच्याविषयीची अधिक माहिती पुढे दिलेले प्रयोग करून मिळेल. पाणी ही देखील जगायला आवश्यक गोष्ट आहे, म्हणूनच पाण्याला 'जीवन' असे म्हणतात. बर्फ आणि वाफ ही पाण्याचीच घन–वायू रूपे आहेत. या सगळ्यांच्या बाबतीत अनेक प्रयोग तुम्हाला घरगुती वस्तू वापरून करता येतील.

गारा, ढग आणि पाऊस

सर्वात मोठी गार १७ इंच (आकाराची/व्यासाची) होती. तिचे वजन जवळजवळ १ किलो होते. खरंच ! आपल्याला 'गार' हा शब्द फक्त कवितेत माहीत आहे. 'टप टप पडती गारा.' एक तर, गारा दर पावसाळ्याच्या आधीच्या, म्हणजे वळीव पावसात पडतातच असे नाही आणि पडल्या तरी बोरा एवढ्या, सुपारी एवढ्या. पण मुळात 'एवढी मोठी गार कशी बनली असावी?' वाफेपासून ढग बनतात. ढगाला उंचीवर गारवा लागला की, पावसाचे थेंब बनतात. ठीक! अधिक गारव्याने गारा बनतात. पण एवढी गार बनण्यास थेंब केवढा मोठा आला असावा ?

पाणी व वाफ

दोन्ही बाजू स्वच्छ असलेल्या काचेचे झाकण असलेल्या बरण्या घ्या. त्यांना झाकण असू द्या. एका बरणीत १/४ इंच उंची होईपर्यंत पाणी घाला. पाणी ओतताना, बरणीच्या बाजू ओल्या होणार नाहीत अशी खबरदारी घ्या. दुसऱ्या बरणीत पाणी घालू नका. दोन्ही बरण्यांना झाकण लावा. उन्हात किंवा उबदार जागेत अर्धा तास ठेवा.

कोणत्या बरणीच्या बाजू ओलसर दिसतात ? पहिल्या बरणीच्या बाजूवर पाण्याचे अगदी बारीक आवरण (Film) दिसेल. ते पाणी कोठून आले ?

बर्फाचा प्रयोग

काचेचा अथवा चकचकीत ग्लास घ्या. त्यात बर्फाचे तुकडे घाला. जरा वेळाने ग्लासचा बाहेरचा पृष्ठभाग पहा. प्रथम तो अर्धपारदर्शक दिसू लागतो. जरा वेळाने तेथे पाण्याचे थेंब दिसू लागतील. हे पाणी कोठून आले ?

बाटलीत ढग दिसेल

दुधाच्या बाटलीसारखी एक बाटली घ्या. ती कढत पाण्याने भरा. जरा वेळाने पाणी ओतून, जवळ जवळ रिकामी करा. बाटलीच्या तोंडाजवळ बर्फाचा तुकडा धरा. बाटलीमध्ये पातळ (Thin) ढग दिसतो का पाहा. हा ढग बाटलीत कसा आला? हवेतील बाष्पाला जो गारवा मिळतो त्यामुळे हे सगळे बदल घडतात.

तव्यावर ' नाचणारे ' पाण्याचे थेंब

खूप तापलेल्या तव्यावर पाण्याचे थेंब पडले, तर चुरचुर आवाज होतो व थेंब इकडे तिकडे तव्यावर नाचू लागतात. तवा खूप तापला असला, तरी त्यांची ताबडतोब वाफ होत नाही. असे का?

तर तव्याच्या उष्णतेमुळे थेंबाच्या खालच्या (जो तव्याला स्पर्श करतो त्या) भागाची वाफ होते व झालेली वाफ तवा व थेंब यांच्यामध्ये असल्याने, थेंबाच्या राहिलेल्या भागाचा तव्याशी स्पर्श होऊ देत नाही. म्हणून त्याची वाफ होत नाही. घर्षण नसल्याने, थेंब इकडे तिकडे फिरू शकतो. कारण पाण्याचे अनियमित प्रसरण होय.

सर्व पदार्थ उष्णतेने प्रसरण पावतात व थंडीने आकुंचन पावतात. पाणी थंडीने आकुंचन पावते, पण त्याचे तापमान ४ अंश से. होईपर्यंत. त्याच्यापेक्षा कमी झाले, तर प्रसरण पावू लागते. तेवढ्याच वजनाचे बर्फ व पाणी घेतले, तर बर्फाचे आकारमान जास्त असते.

प्रयोग

डबा किंवा धातूचा कप, मेणबत्तीच्या ज्योतीवर धरा. त्याच्या बुडाकडे लक्षपूर्वक पहा. तेथे काय जमा झालेले दिसते? बूड किंचित ओलसर झालेले दिसेल. का? हे पाणी कोठून आले? मेणबत्तीमध्ये कार्बन व हायड्रोजन असतात. त्यातील हायड्रोजनच्या ज्वलनामुळे पाणी बनते.

पृष्ठीय ताण

सकाळी स्नान करण्यापूर्वी, उगीच पाण्याशी खेळत बसलो होतो. शेजारीच अळू लावलेले होते. सहज अळूच्या पानावर पाणी टाकलं. पाण्याचे गोलाकार थेंब घरंगळत खाली आले. त्यांचा आकार वाटोळा का झाला? पृष्ठीय ताण तर नसेल? माझ्या डोक्यात ' पृष्ठीय ताण ' घर करून बसला आहे, हा! पाण्याच्या थेंबामधील प्रत्येक कण सर्व बाजूंनी सारख्याच जोराने ओढला जात असावा. म्हणून थेंबाचा आकार वाटोळा झाला! हो! बरोबर असेच असेल.

पृष्ठीय ताण पाण्यापुरताच मर्यादित आहे, का रॉकेलसारख्या द्रवात पण तो असतो? आणखी एक शंका. पाहूया हं! मी ग्लासमध्ये पाणी घेऊन त्यात थोडे रॉकेल टाकलं. (आईची बोलणी खाल्ली त्याबद्दल!) आणि चमच्याने चांगले ढवळले. तेल पाण्यात मिसळले गेले नाही. पाण्यावर पसरलं. ढवळल्यावर हळूहळू तेलाचे थेंब जमा झाले. हे पण वाटोळे होते आणि हे हळूहळू एकमेकांजवळ येऊ लागले व त्यांचे मोठे थेंब बनले.

एकदा हाताला लागलेले रॉकेल पाण्याने धुण्याचा प्रयत्न करू लागलो. ते काही निघेना आणि साबण लावताच तेलाचा हातावरील असलेला थर निघून गेला. पाण्याला जे करता आले नाही ते साबणाने केले!

मग कपडे धुण्यासाठी साबण किंवा ' शोधक ' (डिटर्जंट) वापरतात. त्यामध्ये कपडा स्वच्छ करण्याची क्रिया कशी होत असावी बरे ? तेलाचे डाग असताना साबण लावले, तर पाणी व तेल यांच्या अणूमध्ये शिरून साबणाच्या अणूचे एक टोक पाण्याच्या अणूला व दुसरे तेलाच्या अणूला स्पर्श करते व जणू काही तेल व पाणी यांच्या अणूंना जोडणारा दुवा किंवा पूल (Bridge) म्हणावा असे बनते. त्याच वेळी पाणी आणि तेल या दोघांचा पृष्ठीय ताण कमकुवत करते व त्यांचे अणू एकमेकांकडे खेचले जातात.

पाण्याचा पृष्ठभाग पापुद्र्यासारखा एकसंध असतो, हे पाहण्याची मला आणखी एक संधी मिळाली. सांगतोच तुम्हाला. धातूची पातळ पत्र्याची एक चाळणी (तळाला लहान लहान छिद्रे आहेत अशी) घेतली. ती अलगद पाण्यावर ठेवली. तुम्हाला काय वाटलं ! छिद्रातून पाणी आत शिरून ती बुडेल. होय ना ? नाही. ती पाण्यावर तरंगत राहिली. कारण पाण्याच्या पापुद्र्याचा-पृष्ठीय ताण भंगल्याशिवाय, पाणी चाळणीत कसे शिरणार ? त्या चाळणीचे वजन हलके असल्याने पाण्याचा पृष्ठभाग अभंग राहिला. पण त्या चाळणीत थोडेसे वजन, वजनदार पदार्थ ठेवला तर मात्र ती बुडते.

दुसरी एक गंमत पहा. वरीलप्रमाणे पाण्यावर तरंगणारी एक चाळणी घेतली. या वेळेला पाण्यामध्ये थोडासा साबणाचा द्राव मिसळला आणि आता चाळणी त्या पाण्यावर ठेवली. पहा तरंगते का ? आता ती बुडते, का बरे ? कारण पृष्ठीय ताण कमजोर झाला, हे असावे. याचे कारण, साबण – द्रावाचे अणू, पाण्याच्या अणूमधून हालचाल करतात. पाण्याच्या अणूंमधील (कणांमधील) आकर्षण (Cohesion) कमी करतात.

वरील चाळणीप्रमाणेच दाढी करण्याचे पाते (ब्लेड) अलगद पाण्यावर सोडले, तरी तरंगताना आढळते. आहे की नाही गंमत.

आणि स्नान करायला, नळाला बादली लावून पडणाऱ्या पाण्याच्या धारेमध्ये हात धरला, तर पाण्याची धार न पडता, पसरलेल्या पाण्याचा पडदाच जणू (Sheet), माझ्या हातावरून बादलीत पडू लागला. अशा सारखी पुष्कळ उदाहरणे आपल्याला आढळतात. पण आपले लक्ष नसते, एवढंच!

असाच एकदा बसलो असताना समोर काचेच्या ग्लासात पाणी होते. ग्लास अर्धा/ पाऊण भरलेला होता. सहज लक्ष गेले. पाण्याची पातळी सर्व ग्लासभर एकसारखी वाटली नाही. काचेच्या बाजूला पाण्याची पातळी, किंचित उंचीला, जास्त-अंतर्वक्र, अशी दिसली. मग, ' पाणी नेहमी समपातळीत राहण्याचा प्रयत्न करते. ' या तत्त्वाच्या विरुद्ध तर हे पाण्याचे वर्तन नव्हे ना ? काठोकाठ भरलेला एक ग्लास घेतला आणि बसल्या बसल्या ग्लासमधील पाण्यात लहान लहान खिळे, क्लिप्स, लोखंडी स्क्रू, वॉशर इत्यादी हळूहळू सोडू लागलो. ग्लासमधील पाण्याची पातळी वाढत चालली. ग्लासमध्ये पाणी वर वर चढू लागले. मी आपला वस्तू टाकतोच आहे. मला वाटले, 'पाणी आता ग्लासमधून बाहेर सांडू लागणार.' पण तसं काहीच घडले नाही. उलट ग्लासच्या कडांपेक्षा, मध्य पाण्याला फुगवटा आला. मला फारच आश्चर्य वाटले. कारण ग्लास पूर्ण भरलेला होता. तरीही इतक्या वस्तू पाण्यात मावू शकल्या. ग्लासपेक्षा पाण्याची उंची जवळ जवळ १/५ इंच अधिक होती आणि या पाण्याचा आकारही मधे फुगीर, बहिर्वक्र (Convex) दिसला. थोडं पाणी काढून टाकले, तर

पाण्याची पातळी अंतर्वक्र (Concave) दिसली. काय चमत्कार आहे. पाण्याच्या या दुहेरी –परस्पर विरुद्ध वर्तनाचा कसा अर्थ लावायचा ?

आणि असाच विचार करीत बसलो असता, शेजारी पडलेले एक बूच घेतले व ते ग्लासमधील पाण्यात सोडले. ग्लास पूर्ण भरलेला नव्हता, थोडं पाणी कमी होतं. गंमत म्हणजे, ते बूच सारखं ग्लासच्या बाजूकडे सरकायचे. मध्ये सोडले तरी देखील. जी गोष्ट बुचाची तीच गोष्ट कोणतीही तरंगणारी वस्तू घेतली, तरी दिसून येते. नंतर मी ग्लास पूर्ण भरला, ग्लासच्या कडेपेक्षा, पाण्याची मधे उंची जास्त होती आणि आता त्यात बूच सोडले; आणि अहो आश्चर्य ! बूच ग्लासच्या मधोमध पाण्याच्या बहिर्वक्र पृष्ठावर पाण्याची उंची जेथे सर्वात जास्त होती, तेथे आले आणि स्थिर राहिले. पाणी कमी करून पाहिलं तर पहिल्यासारखं ते कडेला गेलं.

असं का व्हावं ? विचार करत होतो आणि अशा तंद्रीतच शेजारी असलेल्या पेन्सिलचे टोक पाण्यात बुडवले आणि पेन्सिल बाहेर काढून पाहिले; तर तिच्या पृष्ठभागाला थोडं पाणी चिकटल्यामुळे ती ओलसर झाली होती. पेन्सिलच्या लाकडाने जणू काही पाणी आपल्याकडे आकर्षून घेतलं होतं. त्यांचे पृष्ठभाग भिन्न पदार्थांचे असल्याने, विजातीय आकर्षण (Adhesion) होते.

पण पेन्सिल पुन्हा बुडवली. असे दोन–चार वेळा करताच, तिच्या टोकाला पाण्याचा थेंब बनलेला आढळला !

पाण्याचे अति लहान कण एकमेकांना– आकर्षणाने चिकटून थेंब बनला असावा. हे आकर्षण सजातीय किंवा समाकर्षण (Cohesion) असलं पाहिजे.

काचेच्या ग्लासमधील कडेचे पाणी काचेने आकर्षले जाते व हे दोन भिन्न जातीय पदार्थ असल्याने, पाण्याचे सूक्ष्म कण (Molecules) काचेकडे आकर्षले जातात म्हणून, कडेला तो पृष्ठभाग अंतर्वक्र दिसत असावा.

मला दोन प्रश्न अजून सुटेनात – १) पाण्याचा पृष्ठभाग सपाट– समपातळीत का असतो २) त्याचा पृष्ठभाग कधीकधी बहिर्वक्र का होतो ? कोणीतरी माझ्याशी बोलते आहे असा भास झाला– " त्याचं उत्तर फार अवघड नाही. पाण्याच्या पृष्ठभागाखालील सूक्ष्म कणांवर (Molecules), सर्व बाजूंनी आकर्षण काय करीत असते. त्यामुळे परस्पर विरुद्ध आकर्षण परिणामकारक न होता, ते कण पाण्याच्या आत मुक्तपणे हालचाल करू शकतात. याच्या उलट पृष्ठभागाजवळील कणांवर त्यांना बाहेर आकर्षित करणारी, वर ओढून घेणारी शक्ती नाही. हवेचे कण असतात, पण त्यांचे आकर्षण फारच कमी असते. या उलट, पाण्याच्या पृष्ठभागाखालील कणांचे सजातीय आकर्षण जोरदार असते. त्यामुळे पृष्ठभागाजवळील कण, आत जोराने खेचले जातात व एकमेकांशी घट्ट दाबून बसतात. याचा परिणाम म्हणजे, पाण्याचा पृष्ठभाग एकसंध बनतो. जणूकाही पाण्यावरचा पापुद्रा (Skin) च यामुळे ग्लास बाहेरील भाग फुगीर दिसतो. यालाच ' पृष्ठीय ताण ' (Surface Tension) असे नाव आहे. यामुळेच पाण्याच्या पृष्ठभागावर सुई अलगद आडवी ठेवली की सुई किंवा ब्लेड तरंगू शकते. "

आणि हे भाषण संपताच माझी तंद्री भंग पावली.

संध्याकाळी फिरायला गेलो असताना, एक डबक्यामधील पाण्यावर चालणारी 'निवळी'

(water bag) दिसली. ती फार हलकी असल्याने व पृष्ठीय ताणामुळे, तिला पृष्ठभागावर सहज हालचाल करता येत असावी.

लोखंडाची जाळी पाण्यापेक्षा जड असते. (लोखंड पाण्याच्या सात पट जड असते.) परंतु, चौकोनी तुकडा, जर काळजीपूर्वक पाण्यावर ठेवला, तर तो पाण्यावर तराफ्यासारखा तरंगतो. एवढेच नव्हे तर त्याच्यावर वजन देखील (तो न बुडता) पेलू शकतो.

प्रयोग

एक दाढी करण्याचे पाते (ब्लेड) घ्या. एका कपात पाणी घेऊन त्याच्यावर अलगद सपाट राहील असे सोडा. (ते तेलकट असेल तर हे अधिक सोपे होते.) ब्लेड पाण्यावर तरंगताना आढळेल. याचप्रमाणे सुईही तरंगू शकते. डास, माशा आणि इतर कीटक, पाय ओले न होता, पाण्यावर चालू शकतात. याचे कारण पाण्याचा पृष्ठीय ताण. पृष्ठीय ताण म्हणजे पाण्याच्या (द्रवाच्या) पृष्ठभागाची, ताणलेल्या स्थितीस्थापक नाजूक पडद्यासारखी प्रवृत्ती होय. पाण्याचा हवेशी जेव्हा संपर्क येतो, तेव्हा त्याच्या पृष्ठभागावरील परमाणू, त्याच्या खाली असलेल्या परमाणूंकडे, हवेपेक्षा अधिक जोराने आकर्षिले जातात. त्याचा परिणाम असा होतो की, पृष्ठभागावरील परमाणू, आतील परमाणूंपेक्षा, अधिक घट्टपणे आवळलेले (Packed) (बसलेले) असतात; जर पृष्ठभागावर एखादा हलका पदार्थ (फार जड नसलेला) उदा. डासाचा पाय, सुई, ब्लेड इ. 'बसला' (अगर ठेवला) तर पाण्याच्या पृष्ठभागाला तेवढाच पोचा (Dent) येतो. पृष्ठभाग ' फाटत' नाही. पदार्थ तरंगतो. आत जात नाही.

पृष्ठीय ताण खालील प्रयोगाने मोजता येईल (आकृती क्र. ४ पहा). एक साधा तराजू, उभ्या लाकडी पट्टीला समतोल राहणारी आडवी पट्टी असलेला असा घ्या. सपाट प्लॅस्टिकचा एक-दोन इंच चौरस तुकडा घ्या. त्याच्या मधोमध टाचणीने छिद्र पाडा. त्यातून एका टोकाला गाठ मारून, दोरा

आकृती क्र. ४ : द्रवाचा पृष्ठीय ताण मोजण्याची पद्धती

ओवून घ्या व त्याचे दुसरे टोक तराजूच्या दांडीला अडकवा. म्हणजे प्लॅस्टिकचा चौरस लोंबत राहील. तराजूच्या दुसऱ्या बाजूला पारड्यात खिळे, चुका इ. टाकून दांडी समतोल करा. एक भांडे प्लॅस्टिकच्या चौरसाखाली ठेवून, त्यात, चौरसाच्या खालच्या पृष्ठभागाला स्पर्श करेपर्यंत पाणी सावकाश ओता.. आता पारड्यात हळूहळू वजने टाकावयास सुरुवात करा. चौरस, पाण्यापासून एकदम सुटून वर येईल. वजने टाकावयाचे थांबवा. यावरून आपणास, किती वजनामुळे चौरस पृष्ठभाग पाण्यापासून सुटा झाला, हे कळेल. तो ' पृष्ठीय ताण ' होय.

' ये रे ये रे पावसा ' हे गाणं काही मुली म्हणत असतात. गाणं संपलं आणि ''किती मज्जा आली नाही !'' असेही शब्द ऐकू येतात. तेवढ्यात पाऊस आला, म्हणजे, ''शाळेत जाताना आपण भिजतो –वाहनांचं पाणी अंगावर उडतं. वर्गातच बसून रहावं लागतं. ग्राउंडवर पाणी चिखल झाला तर खेळता येत नाही.'' इ. तक्रारीही ऐकू येऊ लागतात. इतक्यात दार उघडून एक पाहुणा येतो व थोड्या वेळानं, ' यंदा पाऊस–पाणी कसं काय आहे, तुमच्याकडे ? असा मी प्रश्न विचारताच. तो गंभीर होतो व चार, पाच दिवसांत पाऊस पडला नाही, तर परिस्थिती फार वाईट होईल,' असं सांगतो. मुलं आमचे संभाषण ऐकत असतात. त्यांना याचा उलगडा होत नाही. जरा वेळाने पाहुणा बाहेर गेल्यावर, मीही विचार करत बसतो. एवढ्यात कानावर प्रश्न येतो.... ''पाऊस पडला नाही, तर वाईट काय होईल हो ?''

मी : तुमच्या पुस्तकात पाण्याचे काय उपयोग सांगितले आहेत ?

समीर : पिण्यासाठी, धुण्यासाठी व वनस्पतींच्या वाढीसाठी ते लागतं, असं सांगितलं आहे.

अंजू : आणि हो बाबा, स्वयंपाकासाठी पण ते लागतं, हो ना !

मी : हो अगदी बरोबर. ' पाणी ' या शब्दाला आपल्या जीवनात फार महत्त्व आहे. हवा किंवा पाणी यापैकी एकही या पृथ्वीवर जर नसते, तर काय झाले असते, हे सांगणं फार अवघड आहे. म्हणूनच पाणी हे पंचमहाभूतांपैकी एक आहे.

अमेय : इतके महत्त्वाचे आहे ते ?

मी : होय. पाण्याशिवाय वनस्पती, भाजीपाला, धान्ये इ. सजीव पदार्थ उत्पन्न होणारच नाहीत.

अंजू : अय्या ! म्हणजे आपण खाणार काय मग ? मग फुले पण मिळाली नसती, नाही का ? तरीच.....

समीर : तरीच काय ?

अंजू : आपल्याकडे जगाचा नकाशा आहे ना, त्यात जगाचा फार मोठा भाग महासागरांनी भरलेला आहे. जमीन थोडी पण महासागरच फार आहेत.

समीर : जमीन थोडी कशी असेल ? पाच खंडे आहेत चांगली. काहीतरीच म्हणतेस तू; आणि मग त्यांचा वाद सुरू झाला.

मी : समीर अंजू म्हणते ते बरोबर आहे. पृथ्वीचा ३/४ भाग सागरांनीच, पाण्यानेच व्यापलेला आहे.

समीर : हे इतकं पाणी कोठून येतं हो ?

मी : उत्तर सोपे आहे. समुद्राच्या पाण्याची वाफ होते. तिच्यामुळे ढग बनतात, पाऊस पडतो व ते पाणी नद्यांमार्गे पुन्हा समुद्रांना जाऊन मिळते.

अंजू : पाण्याविषयी आणखी माहिती सांगा ना !

समीर : पाणी हा हवेप्रमाणेच पदार्थ आहे ना ? हवेबद्दल माहिती सांगताना, पाणी पण पदार्थ आहे. द्रव पदार्थ आहे, असे तुम्ही सांगितले. मग त्याचे आणखी गुणधर्म सांगा ना.

मी : पाणी हा प्रवाही पदार्थ आहे, म्हणजे ते वाहत जाते. उंच भागाकडून सखल भागाकडे वाहत जाणे, हा याचा धर्म आहे. म्हणूनच, नद्या डोंगरात उगम पावतात व वाहत जात जात समुद्राला मिळतात. वाहणाऱ्या पाण्याला वेग असतो. एक प्लॅस्टिकचे गरगर फिरणारे चक्र घेऊन ते नळाच्या पाण्याच्या धारेजवळ आणू. नळातील पाण्याची लहानशी धार त्यावर चक्राकार पडू द्या. पहा ते किती जोरानं फिरते. तेव्हा वाहत्या पाण्यामध्ये फार जोर असतो.

अंजू : याचा कोठे कोठे उपयोग करून घेतला आहे?

मी : फार पूर्वी पुण्यात लकडी पुलाजवळ एक पाणचक्की होती. मुठा नदीचे पाणी (हल्लीच्या उत्तर तीराजवळ असलेल्या महादेव मंदिराजवळ) वळवून ते जोराने दातेरी चाकावरून सोडलेले होते. त्यामुळे ते चाक फिरायचे आणि चक्की चालायची! पण आता या शक्तीचा जोर वीज निर्माण करण्यासाठी केला जातो. पाण्याचा मोठा साठा – धरण बांधून करायचा व त्यातून नळावाटे पाणी उंचीवरून खाली न्यायचे व त्या पाण्याच्या शक्तीने वीज उत्पन्न करणाऱ्या यंत्रणेला गती द्यायची. आपल्या महाराष्ट्रात खोपोली व कोयना (पोफळी) ही मोठी वीजकेंद्रे आहेत.

समीर : एवढी वीज उत्पन्न करणारी केंद्रे आहेत, तर वीजकपात का केली होती ?

अमेय : धरणात पाणी कमी असेल.

मी : बरोबर! पाऊस बरेच दिवस न पडल्याने, धरणातील पाणी कमी झाले; म्हणून वीजपुरवठा कमी करावा लागला.

अमेय : वीज उत्पन्न करायला पाण्याचा वापर अलीकडेच सुरू झालाय. पण त्याच्या आधी पाणी वाया जात होते का ?

मी : वाया कधीच जात नव्हते. पूर आल्यावर नदीचे पाणी गढूळ असते. तसेच पाऊस, रस्त्यावरून वाहणारे पाणी पण गढूळ असते. होय ना ?

समीर : हो, पण ते का गढूळ होते ?

मी : एका लोटीत पाणी घे व कोरड्या अंगणात त्याची धार (वरून) सोड. बघ काय होते ते.

अंजू : प्रथम थोडासा खड्डा पडला; पण त्याच्या जवळची माती पाण्याबरोबर वाहून जाऊ लागली. म्हणून त्या मातीच्या कणांमुळे ते गढूळ दिसते, होय ना ?

समीर : ही सर्व माती कोठे जाते ?

मी : पाऊस संपला की, पाणी संथ वाहू लागते व ही माती हळूहळू नदीच्या काठापाशी राहते व अशा

मातीची - गाळाची जमीन तयार होते. कित्येक वर्षे हे चालू असल्याने नदीच्या काठची जमीन मोठ्या प्रमाणावर तयार झालेली आहे. भारतात सुपीक भाग कोणता आहे ?

अंजू : पंजाब व उत्तर प्रदेश हे उत्तर भारतातील प्रदेश.

मी : बरोबर! उत्तर प्रदेश हा यमुना, गंगा व गंगेला मिळणाऱ्या नद्या-उपनद्या यांच्यामुळे तर पंजाब हा पंच-आप (पाणी), पाच नद्यांचा प्रदेश आहे. गंगा-यमुना व पंजाबच्या नद्यांना वर्षातून दोनदा पूर येतो. एकदा पावसाळ्यात व त्या हिमालयात उगम पावल्यामुळे उन्हाळ्यात बर्फ वितळून...

समीर : बर्फ म्हणजे पाण्याची स्थिती नाही का ? मागे पदार्थांच्या तीन अवस्थांमध्ये तुम्ही सांगितले होते. आहे लक्षात माझ्या. आणखी काय गुणधर्म आहेत ?

मी : कपात, बशीत अथवा पातेल्यात पाणी घ्या व त्याच्या पृष्ठभागाकडे पहा. कसा दिसतो तो.

अमेय : तो सपाट दिसतो. पाण्याचा ढीग होत नाही, असे दिसते याचे काय कारण बरे ?

मी : पाणी, स्पिरीट, रॉकेल, दूध इ. प्रवाही पदार्थ आहेत. प्रवाहीपणा द्रवपदार्थांच्या रेणूंमधील गतिशीलतेवर अवलंबून असतो. यांच्याहीमध्ये फरक असल्याने, काही पदार्थ जास्त प्रवाही, तर काही कमी प्रवाही (घट्ट) असतात. उदा. मध, हा द्रव पदार्थ आहे. पण पाण्यापेक्षा घट्ट असल्याने, तो भांड्यात ओतताना, प्रथम थोडासा ढीग बनल्यासारखा दिसेल, पण नंतर त्याचाही वरचा पृष्ठभाग सपाट - समतल झालेला दिसेल.

समीर : पण पाणी उंचीवरून खाली का वाहते ?

मी : पदार्थ, द्रवपदार्थ जेव्हा मोकळेपणाने वाहतात तेव्हा सर्वात खालची पातळी शोधण्याचा प्रयत्न करतात व शेवटी त्यांचा पृष्ठभाग, एकाच उंचीचा, सारख्या पातळीचा होतो; म्हणून तर कोणताही पृष्ठभाग रस्ता, रेल्वेमार्ग, इमारतीचा पाया समपातळीत आहे किंवा नाही, हे पाहण्यासाठी 'पाणसळ' वापरतात.

अंजू : निरनिराळ्या आकाराची पाणी असलेली भांडी, एकमेकांना जोडली, तरी त्यांच्यामधील पाण्याची पातळी सारखी होते का ?

मी : होय. दोन काचेच्या नळ्या घेऊन त्या रबरी नळीने जोडा व रबरी नळीला चिमटा बसवू या. आता एका नळीत पाणी ओतून पाण्याची पातळी पहा, कोठपर्यंत आली. आता चिमटा उघडा. काय दिसते आहे.

अमेय : अरेच्चा ! दुसऱ्या नळीत पाणी शिरले व दोन्ही नळ्यांमधील पाणी एकाच पातळीत आले.

मी : अशा वेगवेगळ्या आकृतीची भांडी परस्परांना जोडली, तरी त्यांच्यामधील पाण्याची पातळी एकच असते.

अंजू : याचा जीवनात काही उपयोग आहे का ?

मी : हो ! आपल्या सर्वांच्या परिचयाचे उदाहरण म्हणजे (शहरातील) पाणी पुरवठा पद्धती. उंच

मनोऱ्यावर-टेकडीवर पाण्याची मोठी टाकी बांधलेली असते व त्यात पंपाच्या साहाय्याने पाणी चढवतात. या टाकीमधून – मोठे नळ – लहान पळ टाकून, इमारतीत पाणी नेणारे नळ बसवलेले असतात. खरं म्हणजे, ही एकमेकांना जोडलेली भांडीच आहेत.

अमेय : हवेचा दाब असतो तसा पाण्याचा पण दाब असतो का ?

मी : हो. पदार्थाला वजन असते ना ? मग दाब असणारच. पाण्याचा दाब पण त्याच्या स्तंभाच्या उंचपणावर म्हणजे पाणी किती खोल आहे यावर अवलंबून असतो, जितके पाणी जास्त खोल तितका दाब जास्त असतो. बंद भांड्यातील द्रवावर दाब दिला की, द्रवातून सर्व दिशांनी सारखा पसरवला जातो. एक रबरी चेंडू घेऊन त्याला छिद्रे पाडली व त्याच्यात पाणी भरले व तो दाबला तर सर्व छिद्रातून सारख्याच जोराने पाणी बाहेर पडलेले आढळते. हा नियम 'पास्कल' नावाच्या शास्त्रज्ञाने शोधून काढला.

पाण्याचा दाब

हवेचे थरावर थर असल्याने पृथ्वीवर हवेचा दाब – वातावरणाचा दाब असतो, हे आपण हवेचा अभ्यास करताना पाहिले आहे. हवेप्रमाणेच पाण्यालाही दाब असतो व तो हवेच्या थराप्रमाणेच पाण्याच्या थरावर म्हणजे खोलीवर अवलंबून असतो. दाबणे व जोर लावणे हे जवळजवळ एकाच अर्थी शब्द आहेत. पण शास्त्रीय भाषेत दाब (Pressure) व जोर (Force) ह्यांत फरक आहे. प्रत्येक चौरस सेंटिमीटरवर पडणाऱ्या जोरास ' दाब ' असे म्हणतात. (Pressure is force per unit area) अर्थात जोर किंवा दाब हा पदार्थाच्या वजनामुळे निर्माण होतो.

अंजू : आम्ही रंगपंचमीला पाण्याचे फुगे वापरतो.

मी : पाण्याचे फुगे ? म्हणजे काय ?

अंजू : म्हणजे एक रबरी फुगा घ्यायचा, तो प्रथम थोडा हवा भरून फुगवायचा. मग हवा सोडून द्यायची व त्यात पाणी भरायचे म्हणजे तो हळूहळू फुगू लागतो. म्हणजे पाण्याचा दाब फुग्याच्या आतील भागावर वाढला म्हणजे तो चांगला फुगतो. हो ना ?

मी : होय. दाब पाण्याच्या खोलीवर अवलंबून असल्याने, जितके पाणी जास्त खोल, तितका दाब जास्त. म्हणूनच धरण बांधताना धरणाची भिंत वरच्या बाजूपेक्षा तळाशी जाड करावी लागते.

अमेय : पाण्याचा दाब त्याच्या खोलीवर अवलंबून असतो हे दाखवता येते ?

मी : हो. एक मोकळा डबा आण. त्याच्या बाजूला एकाखाली एक अशी तीन छिद्रे पाड. डबा

पाण्याने भरल्यावर, त्या छिद्रांतून पाणी बाहेर पडताना दिसेल. कोणत्या छिद्रातून पाणी जोरात पडते ? का ?

अमेय : सर्वात खालच्या छिद्रातून जोरात बाहेर पडते.

समीर : पावसाचे सर्व पाणी वाहून जाऊन नदीवाटे समुद्राला मिळते का ?

मी : नाही. यातील काही भाग जमिनीत (पृष्ठभागाखाली) साठवला जातो. विहिरी – झरे इ. मध्ये हे पाणी जमते. तसेच शेतात मुरलेले पाणी पिकांच्या वाढीला उपयोगी असते. काही काही खडकांच्या भेगांत शिरून बसते. ही क्रिया वारंवार घडल्याने खडकांमधील भेगा रुंद होतात व हळूहळू फुटू लागतात. हे काम अत्यंत सावकाश व वर्षानुवर्षे चालत राहते.

अंजू : हवेप्रमाणे पाणी पण उष्णतेने प्रसरण पावते का ?

मी : हो. पाणी प्रसरण पावते. अधिक उष्णतेने पाणी उकळू लागते व त्याचे वाफेत रूपांतर होते. थंडीने पाणी आकुंचन पावते.

समीर : पाणी खूप थंड केले, म्हणजे त्याचा बर्फ होतो. हो ना ?

अंजू : उत्तर व दक्षिण ध्रुवाकडे खूप थंडी असते मग तेथे समुद्र गोठून बर्फ होत असेल नाही !

मी : पाणी थंड होऊ लागले की ते आकुंचन पावू लागते. पण पाण्याची गंमत अशी आहे की, तापमान कमी कमी होत ते ४° से. येईपर्यंत पाणी आंकुचन पावते व त्याच्या खाली तापमान उतरले, म्हणजे ते पुन्हा प्रसरण पावू लागते. म्हणून बर्फ पाण्यापेक्षा हलका होतो व तो पाण्यावर तरंगतो; म्हणून उत्तरेकडे किंवा दक्षिण ध्रुवाकडे समुद्र गोठत नाहीत. तर त्यांचा वरचा भाग तेवढा बर्फाळ असतो. पाण्यात खाली खोलवर मासे राहू शकतात आणि हिमालय पर्वतावरील खडकांत शिरलेल्या पाण्याचे बर्फात रूपांतर होऊ लागले की ते प्रसरण पावते व बर्फाच्या भेगा अधिक रुंद होतात व खडकांची झीज होऊन, त्यांचे दगड-गोटे व शेवटी माती किंवा धूळ, यामध्ये रूपांतर होते. या बदलाला अनेक वर्षे लागतात. बर्फाला ‘ हिम ’ असेही नाव आहे. म्हणून ‘ हिम ’ असलेल्या पर्वताला हिमालय – बर्फाचे स्थान – घर असे नाव आहे.

अंजू : हो. हिमगौरी आणि सात बुटके गोष्टीतील राजकन्या बर्फाप्रमाणे गोरी होती असे लिहिलंय, ते खरे असावे मग. पण पाणी दोन्ही वेळा म्हणजे तापवले की व खूप थंड केले की देखील प्रसरण पावते, हे जरा विचित्रच नाही का ?

मी : विचित्र असं नाही म्हणता यायचं. त्याचा आपल्याला फायदा आहे ना ? तुम्ही असं करा, एक फिरकीचे बूच धातूची असलेली बाटली घ्या. पाण्याने पूर्ण भरा. झाकण घट्ट लावा व एका डब्यात ठेवून त्याच्याभोवती बर्फ व मीठ ठेवून द्या. बऱ्याच वेळाने तो काढून पहा. डब्यातील बाटली फुटलेली आढळेल. याला कारण, बर्फ होताना पाण्याचे प्रसरण होते, हे होय. पाण्याचे हे प्रसरण पावणे, नेहमीच्या नियमाप्रमाणे, उष्णतेने पदार्थ प्रसरण पावतात

व थंडीने आकुंचन पावतात याच्याविरुद्ध आहे; म्हणून पाण्याच्या प्रसरणाला ‘ नियमबाह्य प्रसरण ’ असे नाव आहे.

अमेय : पाण्याची वाफ, पाणी उकळू लागले म्हणजे होते की, नेहमी वाफ होत असते.

मी : वाफ होण्याची क्रिया चालू असतेच. आपण धुऊन घरातल्या दांडीवर - तारांवर घातलेले कपडे वाळतात ना ! म्हणजे त्यातले पाणी वाफेच्यारूपाने निघून जाते.

समीर : मघाशी तुम्ही बर्फात मीठ घालून ते पाण्याच्या बाटलीभोवती ठेवण्यास सांगितले. मीठ घातल्याने काय होते ?

मी : बर्फात मीठ घातल्याने अधिक गारवा उत्पन्न होतो. शास्त्रीय भाषेत सांगायचे म्हणजे पाणी 0° से. तापमानाला गोठते - म्हणजे त्याचे बर्फात रूपांतर होते. पण मीठ घातल्याने, गोठण्याचे तापमान, म्हणजेच 0° से. हून कमी असते.

अंजू : मग मीठ घातलेल्या पाण्याची वाफ होण्यास जास्त उष्णता लागेल का ?

मी : पाणी हे समुद्रसपाटीला १००° से. तापमानाला उकळू लागते. मीठ घातलेले पाणी १००°से. पेक्षा जास्त तापमानाला उकळते. म्हणजे पाण्याचा ‘उत्कलनबिंदू’ मीठ घातल्यामुळे वाढतो. मीठच काय कोणताही विरघळणारा पदार्थ पाण्यात असला की त्याचा उत्कलन बिंदू वाढतो.

अंजू : हे मात्र बरोबर आहे. परवा माझ्या वर्गातल्या मुलाला खूप ताप आला होता. तेव्हा त्याच्या कपाळावर मिठाच्या पाण्यात भिजवलेली पट्टी ठेवली होती. त्यामुळे त्याचा ताप थोडा उतरला असे तो सांगत होता.

मी : मिठाच्या पाण्यात भिजवलेली किंवा कोलन वॉटरमध्ये भिजवलेली पट्टी ठेवतात. कारण त्या पाण्याची वाफ होण्यासाठी लागणारी उष्णता, रोग्याच्या शरीरातून, या ठिकाणी कपाळामधून घेतली म्हणून थोडा गारवा निर्माण झाला व तापमान - ताप कमी झाला. तुमच्या हाताचा मनगटावरील भाग थोडा ओला करा. त्याच्यावर फुंकर मारा. काय होते ?

अमेय : गार वाटले. बाहेरून उन्हातून घामाघूम होऊन आल्यावर जर पंख्यासमोर उभे राहिले किंवा पंख्याने वारा घेतला, तर गार वाटते हं!

मी : अरे, वाऱ्याची झुळूक आली तरी गार वाटते. याचे कारण पाण्याची वाफ होताना गारवा उत्पन्न होतो.

समुद्र खारट का? पाणी, एक उत्कृष्ट द्रावक

समीर : नदीचे किंवा विहिरीचे पाणी आपण पितो. ते खारट नसते आणि त्याच नद्या समुद्राला मिळतात. मग समुद्राचे पाणी खारट का असते.

मी : पाण्यात साखर विरघळते, मीठ विरघळते. बरेच पदार्थ विरघळतात आणि पुष्कळ न विरघळणारे पण आहेत. पावसाचे पाणी जमिनीत मुरते व जमिनीत असलेले क्षार-पदार्थ त्यात विरघळतात. तसेच पाणी जमिनीवरून वाहतानाही विरघळतात. सर्व पाणी समुद्राला मिळते. लक्षावधी वर्षे हे पदार्थमिश्रित पाणी साठून साठून, समुद्राचे पाणी खारे झाले.

अंजू : हे विरघळलेले पदार्थ वेगळे करता येतात का ?

मी : हो. आपण जे मीठ वापरतो ते समुद्राच्या पाण्यापासून त्या पाण्याची सावकाश-सूर्याच्या उन्हात वाफ होऊ दिली असता, पाठीमागे मीठ राहते. अशी पुष्कळ मिठागरे समुद्राजवळ असतात.

अमेय : पण समुद्राचे पाणी कसे साठवायचे ?

मी : समुद्राला दररोज दोनदा ' भरती ' व ' ओहोटी ' असते. भरती म्हणजे जमिनीकडे जोराने पाणी येणे व ओहोटी म्हणजे जमिनीपासून आत दूर पाणी जाते. पौर्णिमा व अमावस्या यादिवशी मोठी भरती असते. (भरती-ओहोटी या चंद्र-सूर्य यांच्या आकर्षणामुळे होतात.) अशा मोठ्या भरतीच्या वेळी समुद्राच्या लाटा येतात. पाणी किनाऱ्याजवळील जमिनीवर पसरते, ते वाफ्यांत अडवून ठेवायचे. त्यातील पाण्याची वाफ झाली की, मीठ मागे राहते.

अंजू : आपल्याला खारट पाण्यापासून मीठ करता येईल ?

मी : हो. एका भांड्यात पाणी घ्यावे. त्यात मीठ घालून चांगले ढवळावे. म्हणजे मीठ विरघळून जाईल. पाण्यात मीठ विरघळायचं थांबले, म्हणजे हे पाणी फडक्यामधून गाळून घेतले की, पाण्यात न विरघळलेली माती वगैरे अशुद्धता फडक्यावर राहील. नंतर हा द्राव, खारट पाणी पसरट भांड्यात ठेवावे. हळूहळू पाण्याची वाफ होते व मागे पांढरे शुभ्र मीठ राहते.

अंजू : तुम्ही पाण्यात मीठ विरघळायचे थांबवल्यावर असे का म्हणाला ? पाण्यात ठरावीक प्रमाणात मीठ विरघळते का ?

मी : एका ग्लासात पाणी घे. त्यात मीठ टाक. चमच्याने ढवळ. सर्व मीठ विरघळले की आणखी मीठ घालून ढवळ. असे मीठ विरघळेपर्यंत करत रहा.

अंजू : आता खूप ढवळले तरी मीठ नाही विरघळत.

मी : आता मिठाची या तापमानाची पाण्यात मीठ विरघळण्याची मर्यादा संपली. शास्त्रीय भाषेत हा द्राव संयुक्त झाला. पण हे पाणी तापवत रहा व पुन्हा मीठ घालून ढवळा. अधिक मीठ विरघळलेले आढळेल. तापमान वाढते तशी पदार्थ विरघळण्याची पाण्याची ताकद - क्षमता वाढते. अशीच गोष्ट पाण्यात साखर किंवा खाण्याचा सोडा हे पदार्थ वापरले तरी

घडते. पाणी हे एक उत्कृष्ट द्रावक आहे. इतर सर्व द्रावांपेक्षा पाण्यात अधिक पदार्थ व तेही मोठ्या प्रमाणावर विरघळतात. पाण्याच्या या गुणधर्माचा उपयोग उद्योगधंद्यात मोठ्या प्रमाणावर केला जातो. विशेषत: कागद, प्लॅस्टिक व इतर रसायने तयार करणाऱ्या कारखान्यात पाणी वापरले जाते.

समीर : समुद्राच्या पाण्यापासून मीठ तयार करतात. आणखी काही पदार्थ मिळतात का ?

मी : हो. मॅग्नेशियम नावाचा एक हलका धातूपण त्यापासून मिळविण्याची एक पद्धत पण शास्त्रज्ञांनी शोधून काढली आहे. त्याचा उपयोग विमानाचे भाग, हलके फर्निचर, शिड्या यासाठी करतात.

अंजू : हवेचे घटक सांगताना हवेचे प्राणवायू, नायट्रोजन, पाण्याची वाफ, कार्बोनिक ॲसिड, वायू इ. घटक असून, हवा हे मिश्रण आहे असे तुम्ही सांगितले. पाणी हे कशाचे मिश्रण आहे ? त्याचे घटक कोणकोणते असू शकतात ?

मी : पहिली गोष्ट म्हणजे पाणी हे मिश्रण नाही. ते एकजिनसी आहे. त्याचे घटक आहेत. पण ते सहज वेगळे करता येत नाहीत. तरी आपण पाहू. एका ग्लासात पाणी घेऊ या. विजेच्या दिव्याच्या बॅटरीच्या दोन्ही बाजूंना तार गुंडाळून, तारांची टोके ग्लासमधील पाण्यात सोडू. पाण्यात थोडे व्हिनेगार घालू. पहा काय दिसते ते.

समीर : पाण्यात दोन्ही तारांपासून बुडबुडे निघताना दिसत आहेत. कोठून आले हे एकदम ? आधी नव्हते.

मी : हे बुडबुडे म्हणजे, पाणी ज्या दोन घटकांचे बनलेले आहे, त्या वायूंचे आहेत.

पाण्याचे घटक

प्रयोग

एका ग्लासमध्ये पाणी घेऊन त्यात थोडे थोडे ॲसिड (व्हिनेगर चालेल) टाका. बॅटरीच्या सेलला जोडलेल्या दोन्ही तारा ग्लासमध्ये सोडा. निरीक्षण करा.

दोन्ही तारांजवळ बुडबुडे तयार झालेले दिसतील. पाण्याच्या विद्युतप्रवाहामुळे विघटन होऊन दोन वायू मिळतात. बुडबुडे वायूचेच आहेत. प्राणवायू (ऑक्सिजन) व हायड्रोजन वायू आहेत, असे परीक्षेने कळेल.

अंजू : म्हणजे पाणी हे वायूंचे मिश्रण आहे ?

मी : मघाशी सांगितले ना की, हे मिश्रण नाही. याला 'संयुग' म्हणतात. ऑक्सिजन व हायड्रोजन या वायूंचे पाणी बनलेले असते. यापैकी ऑक्सिजन हा ज्वलनाला मदत करतो, हे आपण पाहिले आहे व हायड्रोजन स्वत: जळतो; पण पाणी जळतही नाही व ज्वलनाला

मदतही करत नाही. पाण्याचे गुणधर्म त्याच्या घटकांच्या गुणधर्माहून भिन्न आहेत.

समीर : पाण्यात इतर द्राव मिसळले, तर ते एकजीव होतात का ?

अंजू : पाण्यात तेल मिसळत नाही. ते वेगळे राहते असे मला वाटते.

मी : ग्लासमध्ये पाणी घ्या. त्यात थोडे तेल टाका. चांगले हलवा. झाले का एकजीव ?

समीर : नाही. तेलाचा थर वेगळा दिसतो.

मी : आता त्यात थोडा साबणाचा चुरा टाका व हलवा, काय दिसते ?

समीर : तेलावर त्याचा परिणाम होऊन, त्याचा थर एकसंध राहिला नाही.

मी : म्हणूनच साबणाचा उपयोग तेलाचे डाग काढण्यासाठी तेलकट कपडे धुण्यासाठी करतात.

अमेय : तुम्ही जे दोन प्रकार सांगितले- मिश्रण. उदा. हवा व संयुग - उदा. पाणी यात काय फरक असतो, हे नीटसे समजले नाही. तेव्हा आणखी सांगा ना.

अंजू : मी सांगू, मिश्रणाचे घटक म्हणजे ज्या ज्या पदार्थांचे ते बनलेले असते, ते वेगळे करणे सोपे असते. त्यांचे घटक पदार्थाचे गुणधर्म कायम असतात. म्हणजे साखरेचा पुडा फुटून सांडला व थोडीशी रेती त्यात मिसळली, तर पाण्यात साखर विरघळेल. रेती विरघळणार नाही. त्याच्या मिश्रणाचा द्राव गाळून घेऊन, ती काढून टाकता येईल, हो ना!

मी : बरोबर. तिसरा मुद्दा म्हणजे, संयुगाचे घटक ठरावीक प्रमाणातच असावे लागतात. त्याविषयी तूर्त एवढे पुरे. हवेसंबंधी माहिती सांगताना, वारे कसे उत्पन्न होतात. खारा वारा इ. माहिती मी सांगितली. त्यात पाण्यापेक्षा उन्हाने जमीन लवकर तापते म्हणून, दिवसा समुद्राकडून जमिनीकडे वारे वाहतात, असे सांगितले होते. खरं म्हणजे पाणी हा सावकाश तापणारा- तापण्यासाठी जास्त उष्णता लागणारा पदार्थ आहे. सारख्याच वजनाचे पाणी, दूध, ग्लिसरीन सारखे द्रव पदार्थ घेऊन त्याचे सारखे तापमान वाढवण्यासाठी किती वेळ लागतो, हे पाहिले तर पाण्याला सर्वात जास्त वेळ लागतो. घन पदार्थ त्या मानाने फार जलद तापतात.

समीर : पाण्याचे तापणे व घन पदार्थांचे तापणे यात फरक असतो का ?

मी : द्रव व वायुरूप पदार्थांच्या तापण्याची पद्धती सारखीच आहे. त्यांच्या कणांची हालचाल जास्त होत असल्याने, उष्णतेमुळे कणांची हालचाल होते. प्रत्येक कण उष्णता घेतली की प्रसरण पावतो व हलका झाल्यामुळे वर जातो. त्याची जागा दुसरा कण घेतो. बंबात पाणी तापवताना बंबाचा वरचा भाग जास्त गरम असतो, हे नीट पाहिलेत तर तुमच्या लक्षात येईल. घन पदार्थात ज्योती जवळचा कण प्रथम उष्णता घेईल व ती शेजारच्या कणाला देईल. तो प्रत्यक्ष जागा सोडत नाही. दुसरा तिसऱ्याला अशा रीतीने पदार्थाच्या एका टोकाकडून दुसरीकडे उष्णता नेली जाते. त्यामुळे चिमट्याचे विस्तवाजवळचे टोक तापले, तरी दांडा तेवढा तापत नाही. म्हणून चिमट्याने, पकडीने आपण गरम भांडे उचलू शकतो.

अंजू : पण याचा काही विशेष फायदा आहे का ?

मी : आहे ना. वारे वाहू लागतात हे मी सांगितले आहेच. पण समुद्रात प्रवाह उत्पन्न होतात. हा दुसरा फायदा.

समीर : समुद्रात प्रवाह उत्पन्न होतात ?

अंजू : हो, मी पुस्तकात वाचले आहे की, उष्ण पाण्याच्या प्रवाहामुळे इंग्लंडचा पूर्व किनारा उबदार राहतो व समुद्र गोठत नाही. हो ना ? पण ते पाणी तापवतो कोण, हे मला समजले नाही.

मी : तुला काय वाटते ? समुद्राखाली चूल पेटवली आहे ? विषुववृत्तावर बाराही महिने सूर्यकिरण लंबरूपाने पडतात. म्हणजे पाण्याचा वरचा पृष्ठभाग तापतो व ते पाणी पसरत दूर जाते आणि त्याच्या जागी खालचे पाणी येते. अशा रीतीने विषुववृत्ताकडून उत्तरेकडे (किंवा दक्षिणेकडे), उष्ण पाण्याचा प्रवाह सुरू होतो. पृथ्वीच्या गतीमुळे त्याची दिशा बदलते. याला उष्ण प्रवाह म्हणतात. तसेच बर्फाळ प्रदेशाकडून उदा. उत्तर ध्रुवाकडून पृथ्वीच्या मध्याकडे, थंड पाण्याचे प्रवाह पण वाहतात. त्यांचा शेजारच्या देशाच्या हवामानावर, फार परिणाम होत असतो. कणांच्या प्रत्यक्ष हालचालीने उष्णता वाहून नेण्याच्या पद्धतीला, अभिसरण असे नाव आहे.

मी : पाण्याचा उपयोग आपल्याला कोणकोणत्या कामासाठी होतो; हे तुम्हाला माहीत आहे.

अंजू : हो. आपल्याला, पाणी पिण्यासाठी, धुण्यासाठी व स्वयंपाकात अन्न शिजविण्यासाठी लागते.

अमेय : सर्व प्राण्यांना पाणी लागते का ?

समीर : हो ना. गाई, म्हशी, घोडेच काय, पण चिमण्या देखील पाणी पिताना मी पाहिल्या आहेत. मात्र मुंगी, पाल इ. प्राण्यांना पाणी लागत नसावे.

मी : सर्वच प्राण्यांना लागते. पाल, मुंगी हे प्राणी पाणी पिताना आढळत नाहीत पण ते त्यांना त्यांच्या अन्नावाटे घ्यावे लागते. ' उंट ' हा प्राणी वाळवंटात वापरला जातो. त्याच्या शरीरातच पाणी साठवण्याची योजना असते; म्हणून तो पाण्याशिवाय राहू शकतो. आपल्या शरीरांतील सर्व क्रिया पाण्यावर अवलंबून असतात. अन्न पचण्यासाठी तर ते लागतेच, पण शरीरभर रक्त वाहण्यासाठीही त्याची जरुरी असते. शिवाय निरुपयोगी भाग पाण्यात विरघळतो व शरीराबाहेर टाकला जातो.

अमेय : आपण झाडांना रोज पाणी घालतो. त्यांना पण पाणी लागते ना ?

अंजू : आपल्या झाडांना काय, पण शेतांमध्ये धान्य पिकण्यासाठी, झाडांना चांगली फळे येण्यासाठी, पाणी घालावे लागते.

अमेय : मग एवढ्या पिकांना पाणी कसे घालतात ?

मी : पाणी घालत नाहीत– पाजतात. म्हणजे पावसाचे पाणी या कामासाठी उपयोगी येते. पावसाळ्यातील पडलेले पाणी तलावात, विहिरीत किंवा नद्यांना बांध घालून– धरणे बांधून साठवायचे व ते मग पाट काढून शेतापर्यंत न्यायचे. समजले ? शेतात विहीर असल्यास पंप लावून किंवा मोटेच्या साहाय्याने, पाणी वर खेचायचे व पिकांना द्यायचे.

समीर : आपल्याला नळावाटे पाणी मिळते. आपणही ते टाकीत साठवून वापरतो. नाही का ?

अंजू : पण मग हे पाणी चांगले असते का ? चांगले म्हणजे याने आजारपण येत नाही ना ? कारण हे उघड्या पाटातून येते म्हणून माझी शंका.

मी : पिण्याच्या पाण्यात अशुद्धता असू शकते. कारण पाण्यात पुष्कळ पदार्थ-रसायने, अशुद्ध वायूही असतात. ते विरघळलेल्या स्थितीत असल्याने दिसत नाहीत. तसेच कधी कधी रोगांचे जंतूही असतात. हेही सूक्ष्म असल्याने दिसत नाहीत.

समीर : मग त्यांच्यापासून बचाव कसा करतात ?

मी : पाण्यामध्ये जंतूनाशक- क्लोरिन सारखा वायू वापरतात. तो प्रमाणाबाहेर असला की पाण्याला वास येतो.

अंजू : हो हो. कधी कधी वास येतो खरा.

मी : अशा वेळी पाणी उकळून पिणे सर्वात श्रेयस्कर. त्यामुळे अशुद्ध वायू बाहेर फेकले जातात व जंतूही मरतात. विरघळलेली रसायने मात्र राहतात. त्यासाठी 'ऊर्ध्वपतन' पद्धती चांगली.

अंजू : म्हणजे काय करतात?

मी : सोप्या भाषेत सांगायचे म्हणजे, पाणी असलेल्या बंद भांड्याच्या तोंडाला लावलेल्या एका बुचातून, नळी बाहेर आलेली असते. पाणी उकळू लागले की, या नळीवाटे वाफ बाहेर येते, ती दुसऱ्या भांड्यात जमा करून, थंड होऊ दिल्यास, तिचे पाणी होते हे पाणी शुद्ध असते. त्याला चव नसते. काही विहिरींचे किंवा झऱ्यांचे पाणी चवदार असते. याचा अर्थ त्यात काही इतर पदार्थ विरघळलेले असतात.

समीर : हे मात्र खरं. आम्ही सिंहगडच्या सफरीला गेलो होतो. तेव्हा 'देवटाक्याचे ' पाणी इतके गोड व थंड होते की ते प्यायल्यावर हुशारी वाटली.

अंजू : याचे कारण तुम्ही गड चढून दमला होता व तहान लागली असेल, म्हणून तुला एवढे आवडले.

मी : असेच नाही. महाराष्ट्रातल्या सर्व किल्ल्यात पाण्याची टाकी व तळी आहेत. तुम्ही आपल्या देशाचा नकाशा पहा व मोठमोठी शहरे कोठे वसली आहेत, हे पहा बरे.

अंजू : अय्या ! खरंच की- दिल्ली, अलाहाबाद, बनारस, गया, पटना, कोलकाता, आपल्याकडील नाशिक, पैठण, सांगली, कोल्हापूर, कराड इ. नदीकाठीच आहेत.

मी : नदीकाठी किंवा जेथे पाणी मुबलक मिळण्याची शक्यता असते, तेथे शहरे वसवली जातात. मग ती रामाची अयोध्या असो किंवा कृष्णाची मथुरा असो. ताजमहाल देखील यमुना तीरावरच आहे.

पाण्याचा दुसरा उपयोग कोणता, अंजू ?

अंजू : अन्न तयार करणे (अन्न-भात, वरणाची डाळ), भाज्या शिजविण्यासाठी पाणी लागतेच. काही वाफेवर शिजतात.

समीर : आणि चहा करायला लागते, ते सांग ना.

मी : बरोबर, तिसरा महत्त्वाचा उपयोग ?

अमेय : धुण्यासाठी. आंघोळ करायला, भांडी-कपडे धुवायला पाणी लागतेच. मला तर रोज रोज आंघोळीचा कंटाळा येतो आणि आई तर अंग चांगले घासून घासून आंघोळ घालते.

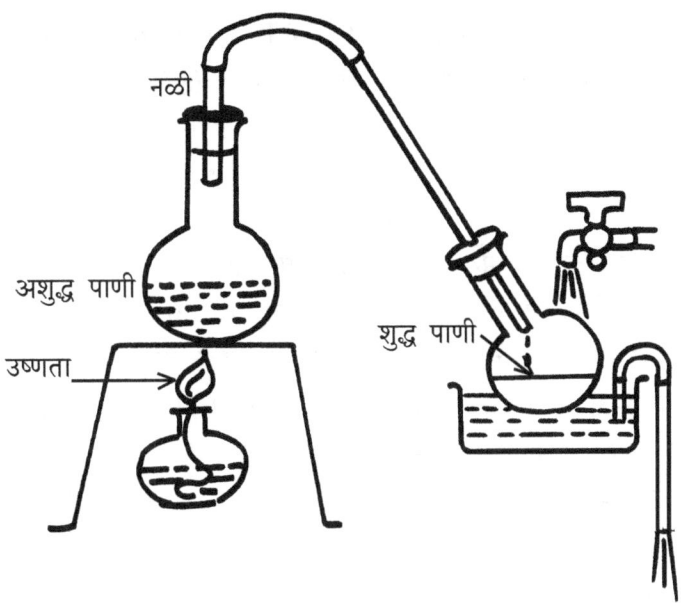

आकृती क्र. ५ : पाण्याचे ऊर्ध्वपतनाने शुद्धीकरण

अंजू : घासेल नाही तर काय करील. दिवसभर मातीत खेळून अंगावर बसणारी धूळ, घाम ही
   अस्वच्छता रोजच्या रोज काढून टाकण्यासाठी स्नान हे पाहिजेच.

समीर : धुतलेले कपडे घातले म्हणजे किती छान वाटते.

मी : कपड्याप्रमाणेच घरही स्वच्छ असावे लागते. फरशी मधून मधून धुऊन पुसून स्वच्छ
   ठेवावी, म्हणजे आरोग्य चांगले राहण्यास मदत होते. तेलकट डाग काढण्यास साबणाचा
   उपयोग करावा.

बर्फ
_____

मी : घन, द्रव व वायू ही पाण्याची तीन रूपे – तुम्हाला माहिती आहेतच.

अमेय : हो. घन स्थितीत त्याला ' बर्फ ' म्हणतात. हो ना ?

मी : हो. त्याला 'हिम' असेही नाव आहे. अमेय, हिमगौरी व सात बुटके गोष्ट तुम्हाला माहिती
   आहे ना ? हिमालय म्हणजे बर्फाचे स्थान, कारण त्या पर्वताच्या उंच उंच शिखरांवर
   नेहमीच बर्फ असतो. उन्हाळ्यात उन्हाने त्यातील काही वितळते व त्यामुळे उत्तरेकडील –
   हिमालयांत उगम पावणाऱ्या नद्यांना पूर येतात. हे मी सांगितले आहे.

समीर : आम्ही बर्फाच्या लाद्या-मोठमोठ्या बर्फाच्या चिपागाडीत घालून ते हॉटेलात पोहोचवणाऱ्या गाड्या पाहिल्या आहेत. पण बर्फाचे डोंगर नाही पाहिले.

मी : बर्फाचे डोंगर नाही. खूप उंच डोंगरावर बर्फ पडते. त्यामुळे तिथे बर्फाचे थरावर थर साचतात व ते वितळतात. काही वेळा ते थर हळूहळू डोंगरकड्यावरून घसरून सावकाश खाली येऊ लागतात. तेव्हा ' हिमनदी ' बनते व पुष्कळ वेळाने ती डोंगरकड्यावरून खाली आली-की वितळून तिचा लहानसा जलप्रवाह तयार होतो.

समीर : भारताच्या दक्षिण भागात हिमशिखरे असलेले पर्वत आहेत का ?

मी : नाही. एकतर दक्षिणेकडील पर्वत फार उंच नाहीत व दुसरे म्हणजे दक्षिण भारत हा उष्ण कटिबंधांत- पृथ्वीच्या ज्या भागावर सूर्याचे किरण अधिक उष्णता देतात, तिथे आहे.

अंजू : उंचीचा व हिम असण्याचा काही संबंध आहे का ?

मी : होय. उत्तर भारताच्या बद्रिकेदार, गंगोत्री यांची यात्रा करणाऱ्या लोकांना हिमालयाच्या शिखरांचे दर्शन घडते.

अमेय : बर्फ वितळते तेव्हा- त्याचे पाण्यात रूपांतर होते- तेव्हा काय व कसा फरक होतो. म्हणजे मला म्हणायचे आहे की, बर्फाचा खडा फुटून, त्याचे तुकडे होऊन, त्याचे पाणी होते का ?

मी : तुमच्या डोळ्यांपुढे शहरात कारखान्यांत तयार झालेला बर्फ आहे. निसर्गात थंडीमुळे झालेल्या बर्फाची तुम्हाला कल्पना एकदम येणार नाही.

अंजू : आम्ही एकदा गारा पडलेला पाऊस पाहिला व गारा जमा करू लागलो. अगदी गारगार लागायच्या हाताला आणि हळूहळू त्या लहान लहान होत जायच्या व त्यांचे पाणी व्हायचे, अशी मज्जा यायचीना गारा वेचताना ! अंगावर टणाटण आपटायच्या.

मी : अमेय तुझ्या प्रश्नाचं उत्तर अंजूने दिलं आहे. बर्फ पृष्ठभागाकडून वितळत असतो आणि सर्व वितळेपर्यंत पाणी व बर्फ सारखेच गार लागतात. वाटीत ठेवण्याऐवजी हातात गारा घेतल्या तर हाताची उष्णता लागून त्या लवकर वितळतात व हात फार गार, बधिर होतो.

समीर : आपण गुऱ्हाळात ग्लासमध्ये बर्फ टाकलेला रस पितो. तेव्हा बर्फाचे खडे रसाच्या वरच्या भागावर-पृष्ठभागावर तरंगत असतात.

प्रयोग

एक फिरकीचे टोपण असलेली लहानशी बाटली घ्या. ती काठोकाठ भरून टोपण घट्ट लावा. तशीच दुसरी बाटली घ्या. तिच्यात थोडे कमी पाणी भरून टोपण लावा. दोन्ही बाटल्या बर्फ व मीठ यांचे मिश्रण असलेल्या मोठ्या भांड्यात ठेवा. दोन्ही बाटल्या काढून पाहिल्यास काठोकाठ भरलेली बाटली फुटलेली आढळेल. असे का घडले ?

अंजू : पाण्याचे बर्फात रूपांतर होताना त्याचे अनियमित प्रसरण होते. त्यामुळे पाणी व त्यापासून तयार झालेला बर्फ यांच्या वजनांत फरक पडणार नाही. आकारमानात पडेल असे मला वाटते आणि म्हणून तो पाण्यावर-रसावर तरंगत असावा. हो ना ?

मी : अगदी बरोबर! बर्फ पाण्यावर तरंगतो. अमेरिकेच्या उत्तर भागाकडून अटलांटिक महासागरात असे बर्फाचे मोठे तुकडे, डोंगरच म्हणा ना, तरंगत येत असतात. त्यांचा जहाजांना मोठा धोका असतो.

समीर : जहाजांना का धोका असतो ?

मी : त्यांचा फार मोठा भाग म्हणजे ७/८ भाग पाण्यात बुडालेला असतो व १/८ पाण्यावर तरंगत असतो. त्यामुळे त्याच्या अस्तित्वाची – प्रचंडपणाची कल्पना येत नाही. ‘ टायटॅनिक ’ नावाची प्रवासी वाहून नेणारी बोट, तिच्या पहिल्याच ट्रिपला, अशा हिमनगावर आदळून बुडाली व अनेक प्रवासी बुडाले.

समीर : पण एवढे हिम तयार व्हायला पाणी तर पाहिजे.

मी : दव, गारा व हिम हे सर्व हवेत असणाऱ्या पाण्याच्या बाष्परूप, वायुरूप अवस्थेपासून तयार होतात. आपल्याकडे सिमला, नैनिताल, काश्मीरमध्ये थंडीत बर्फ पडते. बर्फ पडताना गारांप्रमाणे त्याचे गोळे पडत नाहीत. पिंजलेल्या कापसाप्रमाणे बर्फ पडत असते. ते जमिनीवर, घरांच्या छपरांवर–झाडांवर सगळीकडे पडत असते. युरोप खंडात रशिया, जर्मनी, फ्रान्स, इंग्लंड, अमेरिकेत, कॅनडा व संयुक्त संस्थाने यात हिवाळ्यात बर्फ पडते व तिथे मुले बर्फावरून घसरगाड्या, बर्फाचा माणूस तयार करणे अशा प्रकारचे खेळ खेळतात.

अमेय : तिथल्या शाळांना हिवाळ्यात सुट्टी असेल नाही.

अंजू : अर्थातच. आपल्याला घरी पाण्याचा बर्फ बनवता येईल का ?

समीर : आपण घरी आइसक्रीम बनवत नाही का? दुधाचे गोठून घट्ट आइसक्रीम होते ना ? पण ते तयार करताना दुधाचे भांडे–बर्फ व मीठ यांच्या मिश्रणात का ठेवतात ?

मी : बर्फात मीठ घातल्याने, मिश्रण बर्फापेक्षा अधिक गार बनते–शास्त्रीय भाषेत मिश्रणाचे तापमान नुसत्या बर्फाच्या तापमानापेक्षा कमी असते– म्हणजेच जास्त थंडावा उत्पन्न होतो व आइसक्रीम बनते.

अंजू : याच पद्धतीने पाण्याचा बर्फ बनविता येईल का ?

मी : का नाही, जरूर येईल; पण त्याला एक खबरदारी घ्यायला हवी.

अंजू : म्हणजे पाण्याची बाटली पूर्ण भरायची नाही. होय ना ?

मी : अगदी बरोबर. साधारण ३/५ भरायची.

समीर : कारखान्यात बर्फ तयार करताना पण हीच पद्धत वापरतात का ?

मी : नाही. तिथे वेगळी पद्धत वापरतात.

बरं आता पाण्याचे काही प्रयोग करून पाहू. पाण्यात साखर, मीठ किंवा वाळू यांसारखे पदार्थ घातले तर त्याच्यावर काय परिणाम होतो ?

एका कपात पाणी घेऊन त्यात चमचाभर साखर घालून चमच्याने ढवळा. काय आढळले ? तसेच कपात पाणी घेऊन त्यात अनुक्रमे मीठ व वाळू घालून ढवळा. साखर व मीठ पाण्यात विरघळते. वाळू मात्र तशीच राहते. पाणी हे द्रावक म्हणून वापरतात कारण यात पुष्कळ पदार्थ विरघळतात.

गरम पाण्यात साखर जलद विरघळते का गार पाण्यात ?

सारख्याच आकाराचे दोन ग्लास घ्या. एकात गार पाणी व तेवढेच गरम पाणी दुसऱ्यामध्ये. गरम पाण्यामध्ये १ चमचा (चहाचा) साखर घालून ती विरघळण्यास किती वेळ लागतो ते पहा.

आता तेवढीच साखर गार पाण्यात घाला व विरघळण्यास किती वेळ लागतो ते पहा. गरम पाण्यात साखर जलद विरघळते.

पाण्याचे बाष्पीभवन झाले तर साखर परत मिळते?

अर्धा कप गरम पाणी घ्या. त्याच्यात तीन चमचे साखर घालून चांगले ढवळा. कपातील पाण्यापैकी २/३ चमचे पाणी एका बशीत घ्या. बशी स्थिर राहू द्या. पाण्याचे बाष्पीभवन झाल्यावर बशीत मागे काय राहते? बशीत साखर राहिलेली दिसते. पाण्याची वाफ झाली. साखरेची झाली नाही.

पाणी तापवले असता जास्त जागा घेते का?

एक चंबू (काचेचा) घ्या. एक छिद्र असलेले बूच घेऊन त्यात काचेची लांब नळी बसवा. चंबू रंगीत पाण्याने भरा. बूच लावा. चंबू स्पिरिट लँपने जाळीवर ठेवून सावकाश तापवा. जरा वेळाने काय दिसते ते पहा. पाणी सावकाश काचेच्या नळीत चढू लागलेले दिसेल. (रंगीत पाणी असल्याने पाहणे सुलभ होते). याचे कारण तापवल्यामुळे पाण्याच्या रेणूंची हालचाल जलद होते व त्यामुळे एकमेकांपासून ते दूरवर जातात. शकतात. त्यामुळे पाण्याला जास्त जागा लागते. त्यालाच आपण ‘ प्रसरण ’ म्हणतो.

गरम पाणी जड असते का थंड पाणी?

वरील प्रयोगावरून हा विचार आपल्या मनात येणे शक्य आहे ?

सारख्याच आकाराच्या व अगदी सारख्याच मापाच्या दोन बाटल्या घ्या. (दुधाच्या चालतील). त्यापैकी एक गरम पाण्याने भरा व दुसरी थंड पाण्याने भरा. गरम पाणी रंगीत असू द्या. थंड पाणी असलेल्या बाटलीच्या तोंडावर जाडसा कागद ठेवा. कागद घट्ट धरून ती बाटली गरम बाटलीच्या तोंडावर उलटी ठेवा. दोन बाटल्यांमधील कागद काढून घ्या. काय होते ते पहा. गरम पाणी हलके असल्याने ते वरील जड थंड पाण्याकडून वर ढकलले जाते. थंड पाणी खालच्या बाटलीत येण्याचा प्रयत्न करते व रंगीत पाणी वरच्या बाटलीत जाऊ लागते.

या प्रयोगामुळे तुमच्या मनात बर्फाबद्दल विचार येऊ लागेल. तो पाण्यात तरंगतो का बुडतो?

बर्फ तरंगेल का बुडेल?

भांड्यात पाणी घ्या. त्याच्यात बर्फाचे खडे टाका ते तरंगतात का बुडतात ते पहा. बर्फाचा खडा तरंगत असेल तर त्याचा किती भाग पाण्याखाली आहे ? व किती वर आहे ? त्याचा मोठा भाग पाण्याखाली असतो, तर लहानसा भाग वर असतो. त्यामुळे समुद्रामधील हिमगिरींचा जहाजांना धोका असतो. पाण्याखाली त्यांचा किती भाग आहे याची कल्पना वरील भागावरून येत नाही. बर्फ पाण्यापेक्षा हलका असल्याने तरंगतो.

वाहणाऱ्या पाण्याला वेग असतो.

एक जाडसर प्लॅस्टिकचा कागद घ्या व त्याचे चक्र तयार करा. (तुम्ही कागदाचे करता ना, तसेच) व ते नळातून बाहेर पडणाऱ्या पाण्याच्या धारेजवळ आणा, लहानशी धार त्याच्यावर पडू लागताच ते जोरात गरगर फिरायला लागते. वाहत्या पाण्यामध्ये फार जोर असतो.

पाणी गढूळ का होते?

एका लोटीत पाणी घ्या. अंगणाच्या कोरड्या भागात पाण्याची धार वरून सोडा. प्रथम लहानसा खळगा (खड्डा) पडलेला दिसेल व त्याच्या जवळची माती पाण्याबरोबर वाहून जाताना दिसेल. ह्या पाण्याचा रंग कोणता आहे ? तो वाहून जाणाऱ्या मातीच्या कणामुळे आलेला आहे. पावसाळ्यात नद्या, ओढे, नाले यांचे पाणी का गढूळ होते, हे आता लक्षात येईल.

द्रव पदार्थांचा पृष्ठभाग सपाट का दिसतो?

पाणी, रॉकेल इ. द्रव पदार्थ भांड्यात असताना त्यांच्याकडे पाहिले तर त्यांचा पृष्ठभाग सपाट – एकाच पातळीत असतो, असे दिसेल. मध हाही द्रव पदार्थ आहे.

मध असलेली एक बाटली घेऊन तिच्यातील मध एका कपात सावकाश ओता. मध घट्ट असल्याने प्रथम त्याचा मोठा 'ढीग' झाल्यासारखा वाटेल. नंतर त्याचाही पृष्ठभाग सपाट झालेला दिसतो.

प्रवाही पदार्थाच्या रेणूंमधील गतिशीलतेमुळे हा ' सपाट 'पणा येतो. प्रत्येक प्रवाही पदार्थाच्या, रेणूंची गतिशीलता भिन्न असते; म्हणून मधाचा प्रथम ढीग झाल्यासारखा दिसला.

पाण्याचा दाब सर्व दिशांना सारखा असतो.

एक रबरी चेंडू घेऊन त्याला छिद्रे पाडा व पाण्यात धरून बराच वेळ दाबून–सोडून द्या. असे करीत राहिल्यास चेंडूत पाणी भरते. आता चेंडू वरून दाबा. सर्व छिद्रातून पाणी सारख्याच जोराने बाहेर पडताना दिसेल, हा शोध पास्कल नावाच्या शास्त्रज्ञाने लावला.

पाण्याचा दाब त्याच्या खोलीवर अवलंबून असतो.

याबद्दलचा या नव्या संदर्भात पूर्वीचाच प्रयोग पुन्हा करा. एक उभट डबा घ्या. पावडरचा डबा चालेल. त्याच्या उभ्या बाजूवर एकाच उभ्या रेषेत साधारणत: ४ सें. मी. अंतरावर छिद्रे पाडा व त्यांच्यावर चिकटपट्टी चिकटवा, सर्वात वरच्या छिद्रापर्यंत डबा पाण्याने भरा. चिकटपट्टी खालून वर ओढून काढून टाका. पाणी सर्व छिद्रातून सारख्याच जोराने बाहेर पडते का ? कोणत्या छिद्रातून जास्त जोराने येते ?

एकाच खोलीवर पाण्याचा दाब सर्व दिशांना सारखा असतो.

वरील प्रमाणेच एक डबा घ्या. डब्याच्या तळापासून सारख्याच अंतरावर/उंचीवर उभ्या बाजूला छिद्रे पाडा. छिद्रावर (आडवी) चिकटपट्टी बसवून, सर्व छिद्रे बंद करा. डबा पाण्याने भरा व चिकटपट्टी काढा. सर्व छिद्रातून पाण्याच्या धारा बाहेर पडताना दिसतील. त्याचा वेग/जोर सारखाच आहे असे आढळेल.

मोठ्या तोंडाची काचेची ८/१० इंच लांबीची नळी घ्या. तिच्या तोंडापेक्षा थोडा मोठ्या आकाराचा- तिच्या तोंडावर बसेल असा कार्डबोर्डचा तुकडा घ्या. तुकड्याच्या मध्यभागी छिद्रे पाडून त्यातून दोरा ओवून घ्या. कार्डबोर्डच्या वरच्या पृष्ठभागाला थोडे मेण अथवा त्याच्यासारखा (चिकट) पदार्थ लावा. म्हणजे तो नळीच्या तोंडावर घट्ट बसेल. दोऱ्याचे टोक नळीच्या बाहेर काढून घ्या. एका भांड्यात पाणी घ्या व दोरा घट्ट धरून पुठ्ठा असलेले नळीचे तोंड त्यात बुडवा. आता दोरा सैल सोडा. कार्डबोर्डचा तुकडा नळीच्या तोंडापासून निसटला का ? आता नळीमध्ये वरच्या तोंडामधून (वरून) हळूहळू पाणी सोडा. नळीच्या आतील पाण्याची पातळी व बाहेरील पातळी यांचे निरीक्षण करा. जेव्हा कार्डबोर्डचा तुकडा नळीच्या तोंडापासून निसटतो, तेव्हा दोन्ही पातळींमध्ये फरक आढळतो का पहा.

पाण्याचा ऊर्ध्वमुख दाब

घट्ट झाकण बसणारा (असलेला) कॉफीचा डबा घ्या, झाकण घट्ट लावा. बादलीत पाणी घेऊन त्याच्यात तो डबा तोंड खाली करून (पालथा) हाताने बुडवा. हात झटकन काढा, काय झाले ? डबा जोराने पाण्याच्या पृष्ठभागाकडे येतो. का ? त्याला कोण वर ढकलते ? आता डब्यात थोडे पाणी घालून पाण्यात सोडा, पहा काय होतं. पाणी वाढवत रहा, डबा पाण्यात जास्त जास्त खाली जातो का? डब्याचे तरंगणे केव्हा बंद होते ? त्यावेळी डब्यात किती पाणी असते ?

बाष्पीभवन

समीर : पदार्थांच्या तीन अवस्था असतात. मग वायू-ऑक्सिजन, हायड्रोजन हेही द्रवरूप, घनरूप असतात का ?

मी : ते द्रवरूपात असतात. त्यांना घनरूपही असते.

समीर : घनपदार्थ वितळून-द्रवरूप, ते तापवून वायुरूप हा क्रम सर्व पदार्थांना लागू आहे ना ?

मी : सामान्यपणे होय. परंतु, काही पदार्थ तापवले की एकदम घनस्थितीतून वायुरूप स्थितीत जातात. उदा. तुम्ही जखमेला आयोडिन द्रव लावताना, तो आयोडिनच्या - स्फटिकापासून तयार केलेला असतो. हे आयोडिनचे स्फटिक तापवले की, वायुरूप होतात. आपण कापराची वडी पेटवली की, ती पण वायुरूप होते. होय ना ?

समीर : मला काही पदार्थांचे उत्कलन बिंदू सांगता का ?

मी : हो .

हेलियम (वायू)	- २६९° से.	ईथर	- ३५° से.
हायड्रोजन (वायू)	- २५३° से.	शिसे	- १६२०° से.

नायट्रोजन(वायू)	– १९६° से.	तांबे	– २३३६° से.
ऑक्सिजन(वायू)	– १८३° से.	रूपे	– १९५०° से.
अमोनिया(द्रवरूप)	– ३३° से.	लोखंड	– ३०००° से.
पाणी	– १००° से.	अल्कोहोल	– ७८° से.

समीर : उत्कलन व बाष्पीभवन एकच ना ?

मी : नाही. बाष्पीभवन द्रवाच्या फक्त पृष्ठभागावरच होते. उत्कलन सर्व द्रवभर चालू असते व सर्व द्रवाची वाफ होते.
दुसरे असे की, बाष्पीभवन कोणत्याही तापमानाला होत असते. पण उत्कलन मात्र द्रवावरील दाब कायम असल्यास विशिष्ट तापमानालाच होते.

समीर : ' दाब कायम असल्यास ' असं का म्हणालात ? दाबाचा व उत्कलनबिंदूचा काय संबंध असतो ?

मी : तापमापकावरील उत्कलन बिंदू म्हणजे समुद्रसपाटीवर पाणी उकळण्याचे तापमान असे मी सांगितले. त्यावेळी दाब कमी झाला की, उत्कलन बिंदू कमी होतो, हे सांगितले आहे. त्याच्याबरोबर दाब वाढला, तर उत्कलनबिंदूही वाढतो हेही लक्षात ठेवा.

समीर : बाष्पीभवनामध्ये रेणूची काय स्थिती असते ?

मी : बाष्पीभवनामध्ये रेणू द्रवाच्या पृष्ठभागापासून बाहेर जातात आणि वाफ तयार होते. बाहेर पडणाऱ्या रेणूवर द्रवाच्या पृष्ठभागावरील इतर रेणूंचे आकर्षण असतेच. पण उष्णतेमुळे त्यांची गती वाढते व ते द्रवाचा पृष्ठभाग सोडून जातात.

समीर : ही गती कशी वाढते ?

मी : उष्णतेमुळे. बाष्पीभवनाचा वेग निरनिराळ्या द्रवात वेगवेगळा असतो. म्हणजेच निरनिराळ्या द्रवांचा उत्कलनबिंदू वेगवेगळा असतो.

प्रयोग

दोन भांडी घ्या. एकात पाणी व दुसऱ्यात तेवढेच स्पिरिट किंवा ईथर ठेवा. भांडी एकाच ठिकाणी राहू द्या. काही वेळाने पाहिल्यास, स्पिरिटचे बाष्पीभवन जास्त झाल्याचे आढळून येईल.

समीर : या फरकाचे कारण काय ? रेणूमध्ये फरक असतो का ?

मी : त्यांच्यामधील परस्पर आकर्षणातील फरक व दुसरे म्हणजे त्यांच्या आकारात असणारा फरक हेही होय.

समीर : बाष्पीभवनाचा वेग आणखी कशावर अवलंबून असतो ?

मी : बाष्पीभवनाचा वेग तापमानावर अवलंबून असतो. सावलीत वाळत घातलेले कपडे व उन्हात वाळत घातलेले कपडे यामध्ये कोणते प्रथम वाळतात. अर्थात, उन्हामधील, हो ना ?

समीर : उन्हाळ्यात माठातले पाणी गार का होते ?

मी : मडके सच्छिद्र असते. त्याच्यातून झिरपणाऱ्या पाण्याचे बाष्पीभवन होत असते. बाष्पीभवन होताना, जास्त (गतिजन्य) ऊर्जा असलेले झिरपणारे रेणू पृष्ठभागावरून निसटून जातात. त्यासाठी माठातल्या पाण्याची उष्णता घेतात व मागे उरलेल्या रेणूच्या अंगी कमी ऊर्जा राहते त्यामुळे पाण्याचे तापमान घटते व पाणी गार होते.

समीर : पाणी उकळत असतानाही पाण्याची वाफ होताना दिसते. ते पण बाष्पीभवनच म्हणायचे ?

मी : बाष्पीभवन दोन प्रकारचे असते. एक मंद बाष्पीभवन व दुसरे जलद होणारे. दुसऱ्याला आपण 'उकळणे' असे नाव देतो, मंद बाष्पीभवन कोणत्याही तापमानाला चालू असते. 'उकळणे' मात्र विशिष्ट तापमानाला होते, हे 'उत्कलन बिंदू' बद्दल माहिती घेताना पाहिले आहे.

समीर : पाणी उकळत असताना वाफ होत असते व त्या तापमानाला 'उत्कलन बिंदू' म्हणतात, हे कळलं, पण पाणी बराच वेळ उकळत ठेवले असता, त्याचे तापमान वाढत नसेल, तर दिली जात असलेली उष्णता कुठे जाते ?

मी : कोठे जात नाही. उकळत्या पाण्यांच्या रेणूंची 'ताकद' वाढल्याशिवाय, द्रवाच्या पृष्ठभागापासून, तेथील रेणूंच्या आकर्षणशक्तीवर मात करून बाहेर पडता येत नाही व दिलेल्या उष्णतेचा उपयोग ही शक्ती वाढविण्यास होतो.

समीर : म्हणजे असे समजायचे का, की उकळत्या पाण्याच्या रेणूपेक्षा, त्याच तापमानाच्या वाफेच्या रेणूजवळ जास्त उष्णता असते ?

मी : होय, अगदी बरोबर.
१००° से. तापमानाच्या १ ग्रॅम पाण्याजवळ जेवढी उष्णता असते त्याच्या जवळजवळ साडेपाच पट उष्णता १००° से. तापमानाच्या १ ग्रॅम वाफेजवळ असते.

समीर : उष्णतेचे मापन करण्याचे परिमाण असते का ?

मी : होय. १ ग्रॅम पाण्याचे तापमान १° से. वाढविण्यास जेवढी उष्णता लागते, ते उष्णतेचे परिमाण. त्याला 'कॅलरी' असे नाव आहे. त्या दृष्टीने १ ग्रॅम पाणी १००° से. तापमानाचे घेतले तर त्याच्याजवळ १०० कॅलरी उष्णता असते. तर १ ग्रॅम त्याच तापमानाची वाफ घेतली; तर तिच्याजवळ ५४० कॅलरी उष्णता असते. पाण्याचे त्याच तापमानाला वाफेत रूपांतर करणाऱ्या उष्णतेला 'बाष्पीकरणाची उष्णता' असे नाव आहे.

समीर : उष्णता मोजण्याचे परिमाण- एकक ठरविण्यासाठी पाणी हाच द्रव प्रमाण धरला आहे का ? निरनिराळ्या पदार्थांची उष्णताधारकता एकच असते का वेगळी ?

मी : कोणत्याही पदार्थाला उष्णता दिली असता त्याच्या तापमानातील होणारा बदल, हा पदार्थाचे वस्तुमान, पदार्थाचे तापमान व पदार्थाच्या द्रव्यावर अवलंबून असतो.

प्रयोग

सारख्याच वस्तुमानाचे (वजनाचे) व तापमानाचे पाणी व तेल घेऊन सारख्याच ज्योतीवर ठेवा. तापमानात १०° से. वाढ झाली की उष्णता देणे बंद करा व ही वाढ होण्यासाठी लागणाऱ्या वेळेची पण नोंद करा.

तेलाची तापमानवाढ पाण्याच्या तेवढ्याच तापमानवाढीपेक्षा जलद झालेली आढळते. यावरून समान वस्तुमान असलेल्या भिन्न द्रव्यांच्या पदार्थांत, समान तापमान वाढ होण्यास कमी-अधिक उष्णता लागते, हे तुझ्या लक्षात आले असेल.

याचाच अर्थ पदार्थ घेत असलेली उष्णता, त्याच्या द्रव्यावर अवलंबून असते व याला पदार्थाचे ' उष्णताग्राहकत्व ' असे नाव आहे. उष्णता ग्राहकत्व म्हणजे उष्णता सामावून घेण्याची शक्ती.

समीर : म्हणजे जो पदार्थ सावकाश तापतो त्याचे उष्णताग्राहकत्व जास्त आहे असेच ना ?

मी : होय. काही पदार्थांचे उष्णताग्राहकत्व, यालाच 'विशिष्ट उष्णता' असेही नाव आहे. तुझ्या माहितीकरता सांगतो.

पाणी.......१ मानले तर–

शिसे.........0.३   लोखंड.......0.११

तांबे.........0.९   जस्त...........0.९

बर्फ..........0.४३   घासलेट.........0.५१

पाणी हा सर्वात सावकाश तापणारा पदार्थ आहे.

समीर : द्रव पदार्थांचे वायुरूप पदार्थांत (तापमान कायम असताना) बदल होण्यास, बरीच उष्णता खर्ची पडते, त्याचप्रमाणे घन पदार्थांचे द्रवात रूपांतर होताना ती खर्ची पडते ना ? पडायला हवी, खरं म्हणजे.

पाण्याचे बाष्पीभवन (वाफेत रूपांतर) ही क्रिया सतत चालू असते का ? व ती कशावर अवलंबून असते.

वारा वाहत असेल तर कपडे लवकर वाळतात. बशीत पाणी ठेवले तर काही वेळाने तिथे दिसत नाही. ते कोठे जाते ?

वारा बाष्पीभवनाला मदत करतो.

दोन सारख्या क्षेत्रफळांचे चौकोन फडक्याने पुसून ओले करा. त्यापैकी एकावर वारा घाला. दुसरा तसाच असू द्या. कोणता चौकोन प्रथम कोरडा झाला, का ? ज्याला वारा घातला तोच प्रथम कोरडा झालेला आढळतो.

बाष्प
_____

मी : पाण्याची तिसरी अवस्था– म्हणजे वायुरूप अवस्था म्हणजे ' बाष्प ' होय. पाण्याचे बाष्पात रूपांतर सारखे चालूच असते. या क्रियेला 'बाष्पीभवन' असे नाव आहे.

समीर : हो, आपले धुतलेले कपडे घरात दांडीवर वाळत घातले असतील तर ते वाळतात म्हणजे त्यातल्या पाण्याचे बाष्पीभवन झाल्याने ते वाळतात. पण उन्हात वाळत घातल्याने ते जलद

का वाळतात ?

अंजू : अरे, उन्हात ती क्रिया जलद होत असावी. दुसरे काही कारण आहे का ?

मी : बाष्पीभवनाचा विचार करताना दोन, तीन गोष्टी आपल्याला पहाव्या लागतात. पहिली, तापमान. उन्हाळ्यात कपडे लवकर वाळतात. दुसरी, वारा. कपडे वाळत असताना वारा वाहत असेल, तर कपडे लवकर सुकतात, वाळतात.

अंजू : आणि कपडे एकेरी किंवा पसरून घातले तर लवकर वाळतात. नाही का ?

मी : अगदी बरोबर. असे पहा एक पातेले व परात किंवा ताटासारखे अथवा उथळ भांडे घ्या. त्यामध्ये सारखेच पाणी मोजून घ्या. पहा, लवकर बाष्पीभवन कोणते होते. जितका पृष्ठभाग हवेला जास्त उघडा असेल, तितके बाष्पीभवन जास्त जलद होते.

अमेय : हो ना ! पाटी पुसताना बोळा सर्व पृष्ठभागावर फिरवला की, पाटी लवकर सुकते आणि फळा पुसताना देखील गुरुजी ओले फडके वापरतात; पण फळा किती लवकर सुकतो.

अंजू : याचे कारण काय ? आणि हे रूपांतर दिसत कसे नाही ?

मी : दिसते. पाणी उकळत असताना पाण्याची वाफ आपण पाहू शकतो. पण इतर वेळी –म्हणजे नेहमीचे रूपांतर बहुधा दिसत नाही; पण थंडीच्या दिवसांत, श्वास तोंडावाटे चकचकीत पृष्ठभागावर सोडला तर त्यातील बाष्पामुळे चकचकीत भाग अंधूक दिसतो व बोटाने पुसल्यास, बोट ओले होते. पाण्याचे रेणू गतिमान असल्याने– ते पाण्याचा पृष्ठभाग सोडून हवेत जातात. हवेच्या घटकातील रेणूही गतिमान असतात. त्यांच्यामध्ये असणाऱ्या पोकळ भागात पाण्याचे रेणू जातात. त्यामुळे हवेत बाष्प–पाण्याचे वायुरूप असते.

अंजू : पाण्यात जसे मीठ विरघळल्यास ते ठरावीकच विरघळते व पाणी तापवले तर अधिक विरघळते, तशीच क्रिया हवेत बाष्प जाताना होते का ?

मी : होते ना ! म्हणून तर तापमान जास्त असेल तर कपडे लवकर वाळतात. ठरावीक तापमानाला हवेत बाष्पीभवनाचे प्रमाण ठरावीक असते. गरम हवेत जास्त तर दमट हवेत कमी, कारण दमट हवेत आधीच बाष्प असते, तेव्हा अधिक बाष्प ती घेऊ शकत नाही.

समीर : म्हणून पावसाळ्यात आपले कपडे लवकर वाळत नसावेत.

अंजू : पाणी अभिसरणाने तापते. म्हणजे गरम झालेले पाणी वरच्या पृष्ठभागाकडे व वरील गार पाणी खाली जाते, असे तुम्ही म्हणालात. मग पाणी उकळून जेव्हा बाष्प बनते, ते पाण्याच्या पृष्ठभागापासून बनते का ?

मी : तू पाणी उकळताना पाहिले आहेस का ? पाणी प्रत्यक्ष उकळण्यास सुरुवात, वरच्या पृष्ठभागापासूनच होते आणि मग तिथूनच बाष्प वर जाते. अरे पाण्याचे रेणू हवेत जातात. पाण्याचा जो पृष्ठभाग हवेला लागून आहे, त्या वरच्या पृष्ठभागापासूनच हे घडून येईल. पण मला असे सांगा. भांड्यात पाणी घालून पदार्थ शिजताना त्या भांड्यावरील झाकण कधीकधी किंचित उचलेले जाते व तेथून वाफ बाहेर पडताना दिसते– ते का ?

अंजू : भांड्यातील पाण्याची वाफ होऊन, वरील झाकणामुळे ती आत कोंडली जाते व जसजसे

कोंडलेल्या वाफेचे प्रमाण वाढेल, तशी तिला जागा जास्त लागेल; म्हणून झाकण वर उचलून बाजूने बाहेर पडण्याचा ती प्रयत्न करते.

समीर : पण कोंडलेल्या वाफेच्या अंगी झाकण उचलण्याएवढी ताकद कशी असते?

मी : होय. अलीकडे पुष्कळ लोकांकडे अन्न शिजवण्यासाठी 'कुकर'- प्रेशर कुकरचा उपयोग करतात. प्रथम यामध्ये थोडे पाणी घालून मग पाणी घातलेले शिजविण्याचे पदार्थ-तांदूळ, डाळ, भाजी इ. ठेवून घट्ट बसणारे झाकण लावतात. ते भांडे स्टोव्ह, गॅस इ. वर तापत ठेवतात. आतील पाण्याची वाफ होते. ती कोंडली जाते व कुकर खाली उतरून ठेवला तरी झाकण निघत नाही. काही वेळाने कोंडलेल्या वाफेचे तापमान कमी होऊन, त्यापैकी काही वाफेचे पाण्यात रूपांतर झाल्याने वाफेचा दाब कमी होतो व झाकण उघडणे शक्य होते.

अंजू : कुकरमुळे पदार्थ लवकर का शिजतात?

मी : पदार्थ शिजण्यास लागणारी उष्णता वाफेकडूनही मिळते.

अंजू : म्हणजे उकळत्या पाण्यापेक्षा वाफेकडे जास्त उष्णता असते का?

मी : मागे मी बर्फाचे पाण्यात रूपांतर होताना काय होते, असे सांगितले होते? बर्फाचे पाणी होताना सर्व बर्फ वितळेपर्यंत तापमान कायम राहते व सर्व बर्फाचे पाणी झाले म्हणजे मग त्या पाण्याचे तापमान वाढू लागते. म्हणजे हा स्थितीबदल होत असताना तापमान कायम राहते. तीच गोष्ट पाणी-बाष्प (वाफ) होताना होते. पाणी (समुद्रसपाटीवर) १००° से. तापमानाला उकळू लागते. सर्व पाण्याची वाफ होईपर्यंत तेच तापमान कायम राहते व वाफेचे तापमान नंतर वाढते.

अंजू : तरीच हो, परवा एकाच्या हातावर वाफ आल्याने त्याचा हात फार भाजला. शेजारच्या माणसाच्या हातावर थोडेसे उकळते पाणी पडले. त्याचाही हात भाजला पण वाफेच्या जखमा जास्त तीव्र होत्या. तापमान तेच असताना वाफेचा धोका जास्ती का असतो?

मी : एकाच तापमानाच्या वाफेचे व उकळत्या पाण्याचे सारखे वजन घेतले, तर वाफेत तेवढ्याच पाण्याच्या, जवळ जवळ साडेपाच पट उष्णता असते. म्हणून जखमा तीव्र असतात.

समीर : एवढी जास्त उष्णता का असते?

मी : स्थितीबदल घडवून आणण्यासाठी असते. तूर्त एवढी माहिती पुरे.

पावसाळा संपून गेला होता. पावसाची तशी शक्यताही नव्हती; पण एके दिवशी दुपारी आकाशात काळे काळे ढग जमू लागले. विजांचा कडकडाट होऊ लागला व जितक्या लवकर ढग जमले, तेवढ्याच झपाट्याने पावसाच्या जोरदार सरी व गारांचा वर्षाव करून, ढग पसरले गेले व आकाश स्वच्छ झाले. ऊनही पडले. त्यामुळे संध्याकाळी फिरायला जाताना, याच विषयावर गप्पा सुरू झाल्या.

'काय मजा पहा. पाऊस पडेल अशी कल्पना तरी, सकाळी-सकाळी कशाला, दुपारी २ पर्यंत तरी होती का?'

'या पावसाला वळीवाचा पाऊस म्हणतात. हा असाच गडगडाटाने येतो व झोडपतो. पुन्हा

स्वच्छ आभाळ.'

' आणि गारा तरी केवढ्या मोठ्या. हातात पकडून ठेवायचा प्रयत्न करावा तर पाणीच पाणी. छे, बुवा, सबंध पावसाळा गेला; पण एकदाही गारा पडल्या नाहीत. आज मात्र ' गारांचा पाऊस ' पहायला मिळाला.'

' पावसाळ्यात गारा पडत नाहीतच. त्यांची वळवाच्या पावसात शक्यता असते आणि वळवाच्या प्रत्येक पावसाबरोबर त्या पडतील, असेही नाही. गारा पडणे हा तुरळक प्रकार आहे.'

' असे का व्हावे ?' खरं तर, मला पाऊस कसा पडतो – म्हणजे ढग कोठून येतात, त्यांना काळा, पांढरा इ. रंग का असतात, गडगडाट का होतो इ. गोष्टींबद्दल फार कुतूहल आहे. खरंच ढग कोठून येतात ?

' कोठून येतात म्हणजे कोणत्या दिशेकडून येतात हे तुला पाहिजे, का कसे बनतात ह्याची माहिती पाहिजे आहे ?'

' मला दिशा नको. कसे बनतात ते सांगा.'

' सूर्याच्या उष्णतेने पाण्याची वाफ होत असते.'

' वाफ ! पण ती दिसत कशी नाही ?'

' ही क्रिया फार सावकाश चालू असते. आपण कपडे धुवून वाळत टाकले की, त्यातील ओलेपणा जाऊन ते कोरडे होतात. होय ना ? मग त्यातील पाणी कोठे गेले ? त्या पाण्याची वाफ होते व ती हवेत मिसळून जाते. ती हलकी असल्याने वर वर जाते. वर हवा थंड असल्याने, त्या वाफेचे पाण्याच्या थेंबांत रूपांतर होते व त्यांचे ढग बनतात. कळले ?'

' हो ! पण इतके ढग बनायला किती कपड्यांमधील पाण्याची वाफ लागते ?'

' अरे, पाण्याची वाफ होते हे सांगायला मी कपड्यांचे उदाहरण घेतले. पण त्याबरोबरच सूर्याच्या उष्णतेने नद्या, सरोवरे, समुद्र इ. मधील पाण्याची वाफ होत असते ना सारखी. त्या सर्वांमुळे ढग बनण्यास मदत होते.'

' असेल बाबा. इकडे बघितलेत का ? कसे छान रंगीत धनुष्य पसरले आहे आकाशात.'

' याला इंद्रधनुष्य असे नाव आहे. पाऊस पडून गेला व ढगांवर सूर्यकिरण पडले की, कधीकधी हे दिसते.'

' हे पण वाफेमुळे होते, असे तुला म्हणायचे आहे का ?'

' वाफेमुळे नाही. पण ढगातल्या पावसाच्या थेंबांमुळे होते, असे माझे मत आहे.'

' असेलही, चला आता. परत जाऊ. अंधार पडायला लागला.'

असे म्हणून आम्ही सर्वजण आपापल्या घरी आलो. आम्ही जेवून झोपायच्या विचारात होतो. मनात पाऊस, ढग, इंद्रधनुष्य हा संवाद होता व खरे काय असावे याचा विचार करत असता, झोप केव्हा लागली ते कळलेही नाही.

मला भास झाला– मला कोणीतरी हाक मारीत आहे.

' मला ओळखले नाहीस ? मी वारा आहे. तुला ढगांत जायचे आहे का ? चल तर माझ्या

बरोबर.' आणि मी त्याच्याबरोबर आकाशात उंच उंच जाऊ लागलो. मला कळेना की ढगांत जायचे म्हणजे कोठे जायचे ? वर जात असता एक पातळसा पांढरट थर पसरलेला दिसला. ' अरे, मी ढगच आहे.' असे कोणीतरी बोलले. पाण्याची वाफ एकसारखी होतच असते व ती हलकी असल्याने आकाशाकडे येत असते. तुला आता गारवा वाटतो आहे का ? या गारव्यामुळेच वाफेचे बारीक बारीक पाण्याच्या थेंबात रूपांतर होते. आभाळात असणाऱ्या अत्यंत सूक्ष्म धूलिकणांच्या साहाय्याने ह्या थेंबांचे ढग बनतात. हे पहा हळूहळू अधिक ढग जमू लागले. अरे बापरे काय हा गारवा ! अंग अगदी गोठून जाईल असे वाटू लागले. ढगात पाण्याचे मोठे थेंब गोठू लागले. त्यांच्या गारा बनू लागल्या. गारांचा पाऊस पडू लागला.

वारा म्हणाला, ' पाहिलंस, ढग, गारा व पाऊस कसा बनतो ते. काळे ढग व पांढरे ढग यात काय फरक असतो हे तुला पाहिजे आहे का ? असे म्हणून वारा मला आणखी उंचीवर नेऊ लागला. पांढरे ढग काळ्या ढगांच्या मानाने हलके असतात. त्यांच्यात पाण्याचे थेंब कमी असतात म्हणून ते अधिक उंचीवर असतात, वर जात असता पाहिले तर, आभाळात, पांढऱ्या मेंढ्यांचा कळप पसरल्यासारखे ढग पसरले होते, वाऱ्यामुळे ते इकडे तिकडे पसरत होते. पुन्हा आम्ही खाली येऊ लागलो व वाऱ्यामुळे खालचे काळसर ढगही हालू लागले, त्यांचे एकावर एक असे थर होते व त्यांच्या हालचालींमुळे एकमेकांवर ते ढग घासू लागले.

त्यामुळे ढगा-ढगांमध्ये जणू काही संघर्ष झाल्याने भांडणाची ठिणगी पडली व भांडण जोरात सुरू झाले. मी गंमत पाहत होतो पण मला भीती वाटायला लागली होती म्हणून आम्ही जरा लांब गेलो व ढगाकडे पाहतो तो इंद्रधनुष्य दिसले. वारा म्हणाला, हे दिसण्याचे कारण सूर्याचे किरण पाण्याच्या थेंबांमधून परत फिरतात, त्यांचे सात रंगांत रूपांतर (पृथक्करण) होते. कारंज्याच्या पाण्याच्या तुषारांवर सूर्यकिरण पडले तर अशा प्रकारचे रंग दिसण्याची शक्यता असते, मात्र, सूर्य तुमच्या पाठीकडे व तुमचे तोंड तुषाराकडे-ढगाकडे असावे लागते.'

असे वारा बोलत होता, तोच विजेचा कडकडाट ऐकू आला व त्यामुळे मी दचकून जागा झालो.

कुठला वारा आणि कुठली त्याच्या बरोबरची सहल. मला स्वप्न तर पडलं नव्हतं ? 'स्वप्नचं !' ते स्वप्न मी मुलांना सांगितलं.

वातावरणातील बाष्प

वातावरणातील बाष्पापासून दव, ढग, गारा व हिमवृष्टी होते. अर्थात, यापैकी प्रत्येकाच्या वेळची हवामानाची परिस्थिती वेगवेगळी असू शकते.

ढग वाफेच्या रेणूंचे बनलेले असतील, तर त्यांना आकाशात कोण तोलून धरते अशी शंका

आल्याने, अंजूने प्रश्न विचारला.

अंजू : आकाशात ढग असताना, प्रत्येक वेळी पाऊस पडतोच असे नाही. ढग येतात व जातात. असे का होते ?

मी : बहुतेक ढग, द्रवरूप पाण्याच्या सूक्ष्म अशा थेंबांचे बनलेले असतात, आजूबाजूच्या हवेच्या रेणूंच्या हालचालींमुळे ते खाली पडत नाहीत. मात्र, हे बिंदू मोठ्या हवेच्या रेणूंना न तोलता येण्याएवढे मोठे झाले म्हणजे, हवेत साचून राहू शकत नाहीत व पाऊस तयार होतो.

समीर : ढगातील पाण्याचे बिंदू किती सूक्ष्म असतात ? ते बहिर्गोल भिंगातून पाहिले तर दिसतील का ?

मी : अरे, उकळत्या पाण्यावर जमणाऱ्या वाफेकडे भिंगातून पहा. ते रेणू अतिसूक्ष्म असल्याने दिसत नाहीत. पण पाऊस पडताना पावसाच्या सरीतील जलबिंदू कधी कधी स्पष्ट दिसू शकतात.

अंजू : ढगांमधील बिंदूंप्रमाणेच, धुक्यातील बिंदू पण सूक्ष्म असतील ना ?

अमेय : पण हे बिंदू का गोठतात ? गारा म्हणजे गोठलेले जलबिंदू ना ?

मी : पावसाचे थेंब जेव्हा, हवेच्या अतिशय थंड अशा थरांमधून, भागांमधून येतात, तेव्हा ते गोठून बर्फाचे लहान लहान कण बनतात आणि हवेतून खाली येताना, हवेत असलेले बाष्पकण त्यांच्यावर गोठून हे कण मोठमोठे होतात व त्यांच्या गारा बनतात. गारा कधी कधी एवढ्या मोठ्या असतात की, त्यामुळे फळांचे, झाडांचे व शेतातील पिकांचे नुकसान होते.

अंजू : गारा बहुधा पावसाळ्यात पडत नाहीत. उन्हाळी पावसातसुद्धा कधीतरी पडतात. वारंवार नाही, म्हणजे उन्हाळ्यातदेखील वातावरणाच्या हवेचा वरचा भाग अतिशय थंड असला पाहिजे.

अंजू : अमेरिका, युरोपमधील देशांत हिमवर्षाव होतो, त्यावेळी पण ते हिम, असेच ढगांत तयार होऊन खाली येते का ?

मी : पावसाचे ढग व हिमवर्षाव करणारे ढग, यामध्ये फरक असतो. ते पृथ्वीपासून निरनिराळ्या उंचीवर असतात. हिमवर्षाव करणाऱ्या ढगांत, पाण्याचे सूक्ष्म रेणू तयार होत नाहीत. बर्फाचे स्फटिक तयार होतात. (या ढगांना ' सिरस ढग ' असे नाव आहे.) ते पण सूक्ष्म असल्याने तोलले जातात. हे ढग हिवाळ्यात दिसतात व ते आकाशात फार उंच असतात. पावसाच्या थेंबाप्रमाणेच, हे बर्फ–रेणू मोठे होत जातात व हिमवर्षाव होतो.

पाण्याने दिले पृथ्वीला प्राणी

' तहान लागली तर पाण्याचा एक थेंब म्हणजे अमृताचा थेंब वाटतो. साहजिकच आहे. पाण्याने पृथ्वीवर प्राणीजीवन अवतरवले.'

सूर्यमालेतल्या कुठल्याही ग्रहावर पृथ्वीसारखे पाणी नाही. पाण्याला आपण म्हणतो ' जीवन '. कारण पाण्यामुळेच पृथ्वीवर जीवन शक्य झाले आहे. पाण्यामुळेच जीवन जगते आहे आणि पाण्याची गैरमर्जी झाली, सामुद्री वादळामुळे किनाऱ्याला तडखा बसला, तर हेच जीवन, संतापल्या राक्षसासारखं, उद्ध्वस्तही करते आहे.

समुद्राच्या अथांग पाण्यावर तरंगणाऱ्या बर्फाच्या डोंगराने प्रचंड ' टायटॅनिक ' बोटीला पाण्यात बुडवली आणि पाण्याशिवाय जगू न शकणाऱ्या अनेक प्राण्यांना पाण्यातच समाधी दिली. ती बुडालेली टायटॅनिक बोट चालत होती, पाण्याच्या वाफेवर ! त्यात मजेत बसले होते, पाण्यावर जगणारे प्राणी. वाहतं पाणी आणि उसळती वाफ म्हणजे मूर्तिमंत उत्साहचं! पण पाण्याच्या थंड बर्फाला हा उत्साह नाही पाहवला. त्याने दिली धडक आणि बघता बघता त्या पाण्याच्या वाफेनं सजीव झालेल्या बोटीला आणि पाण्यामुळे सजीव असणाऱ्या प्राण्यांना निर्जीव केल्यासारखे करून सागराच्या अथांग पाण्यातच समाधी दिली.

पाणी प्राण्यांशी सर्वतऱ्हेनं खेळते म्हणून ते आवडते आणि नावडतेही. वर्णन करताना आपली वाणी खुंटेल असं पाणी आहेच आगळे. म्हणून म्हणी तरी किती पाण्याबद्दलच्या ! पहा ना,

- लाथ मारीन तिथे पाणी काढीन !
- एक देईन तर पाणी नाही मागू देणार !
- ते पाहून त्याच्या तोंडचं पाणी पळालं !
- ते ऐकून त्याच्या काळजाचं पाणी झालं !
- ते बघून त्याच्या डोळ्यांत टचकन् पाणी आलं !
- ते चाखून त्याच्या तोंडाला पाणी सुटलं !
- भीतीने त्याच्या अंगाला घाम (पाणी) फुटला !
- निढळ्या घामाचा (अंगातून बाहेर पडणाऱ्या पाण्याचा) पैसा !
- तो श्रीमंत, पाण्यासारखा पैसा धंद्यात ओततोय !
- अरबी देशात पाणी पैशापेक्षा महाग झालंय !
- जो तळे राखेल तो पाणी चाखेल !
- ते कसले भांडताहेत, त्याला अंगात पाणी लागते !
- तो बोलला आणि साऱ्या गोष्टीवर पाणी पडलं !
- त्याच्या तलवारीचं पाणीच तसं होतं !

पाण्याबद्दलच्या इतक्या म्हणी ऐकून, तुमच्या घशाला कोरड पडून, तुम्ही ‘ पाणी पाणी ’ म्हणायला लागलात, तर मात्र आपल्या पृथ्वीवर पाण्याचे थेंब किती आहेत हे ऐकून, ज्ञानाचं पाणी पाजून, तुम्ही आर्त वाणीनं पाणी मागायला लागाल. सांगू ? पृथ्वीवर पाण्याचे थेंब किती आहेत ?

२८,०००, ०००, ०००, ०००, ०००, ०००, ०००, ०००.

म्हणजे २८ हजार कोटी कोटी कोटी. २८ × १० × १० × १०.... २४ वेळा. म्हणून साऱ्या म्हणी आपल्या शरीरशास्त्राशी निगडित म्हणजे वैज्ञानिक आहेत.

इतकं पाणी आणि इतक्या म्हणी असून, पाऊस पाणी नसलं की किंवा फार झालं की, अवर्षणाचा किंवा अतिवृष्टीचा दुष्काळ ठरलेला.

उष्णता

उष्णता ही एक प्रकारची कार्यशक्ती आहे. ती दिसत नाही. परंतु, तिच्या परिणामांवरून (क्रियेवरून) तिच्याबद्दल माहिती मिळू शकते. उष्णता या ऊर्जारूपाच्या अभ्यासासाठी सुद्धा लागणारी उपकरणं, ही घरगुती वस्तूतून निर्माण करता येतात. उदाहरणार्थ, मोठी, पसरट अशी साधी काचेची बाटली, टिनचा डबा, काचेची नळी, रंगीत मेण, लाकडाची पट्टी, कागद, नाणं, मेणबत्ती, पुठ्ठ्याच खोकं, पुठ्ठ्याच्या नळ्या (बॅडमिंटनची फुलं असलेली नळकांडी वापरता येईल.) तावदानाची काच, लोखंडी तारांची जाळी, बूच, सुई, काचेचे ग्लास, लोखंडी तार, लोखंडी पट्टी व ॲल्युमिनियम पट्टी, इ. वस्तू सहज मिळतील. म्हणून हे प्रयोगही स्वत: करून पहा.

उष्णता म्हणजे काय?

खरं म्हणजे ही ओळख नव्यानं काय व्हायची आहे ? उष्णता आहे म्हणून आपण आहोत. किंबहुना, खाल्लं अन्न रक्तरूपानं आपल्या शरीरात श्वासानं घेतलेल्या ऑक्सिजनमध्ये जळतं म्हणून जी उष्णता निर्माण होते, त्यामुळे आपण जगतो. अगदी सर्वसाधारण विधान बरं का हे ! उष्णतेचं आपल्या जीवनातलं वैशिष्ट्य, किंबहुना महत्त्व, खरं म्हणजे अटळ अस्तित्व कळावं म्हणून, ' अन्नग्रहण म्हणजे यज्ञकर्म ' कसं, ते सांगितलं. आपल्याला उष्णता ही ऊर्जा कशाला लागत नाही ते सांगा ना.

अन्न पिकवायला, अन्न शिजवायला, अन्न पचवायला आणि अन्नानं मिळालेली शारीरिक ऊर्जा काम करून टिकवायला उष्णता लागतेच. पाऊस पडतो तो उष्णतेमुळे, खतं मिळतात ती उष्णतेमुळे, नैसर्गिक त्याज्य वस्तू कुजल्या म्हणजे उद्योगधंदे चालतात ते उष्णतेच्या जोरावर यंत्र चालल्यामुळे. गाड्या धावतात उष्णतेमुळे. अणुशक्ती मुळात वीज उत्पादनासाठी वापरली जाते ती उष्णतेच्या रूपातच.

उष्णता म्हणजे अल्लादिनचा दिव्यातला राक्षस. एकदा लाकूडरूपी दिवा घासून माणसानं राक्षस निर्माण केला, आता तो सारखा म्हणतोय, 'काम दे, नाही तर तुलाच खातो.' साऱ्या जगाची उलाढाल करणाऱ्या या राक्षसाचं लेणं दिलंय सूर्यानं. द्रौपदीच्या थाळीसारखं नव्हे, त्याहीपेक्षा कार्यक्षम. दिवसरात्र काम करून, हा उष्णता ऊर्जेचा राक्षस, माणसाची प्रगती करतोय. अणू-अणूनं माणसासाठी जळतोय.

या उष्णता ऊर्जेची ओळख साध्या प्रयोगरूपात तर करून घेऊ, म्हणजे या ऊर्जेच्या स्वरूपाचा प्रकाश तुमच्या डोक्यात पडेल. आधी उष्णता मग प्रकाश, हाच नैसर्गिक क्रम आहे. ऊर्जा लहरीतही उष्णता ऊर्जेच्या लहरी आधी, मग प्रकाश लहरी. म्हणूनच मुलालाही आधी आईच्या मायेची ऊब मिळते आणि मग दिसतो जन्मल्यावर ज्ञानाचा प्रकाश. म्हणून आधी उष्णतेची ओळख.

उष्णता ही एक प्रकारची कार्यशक्ती आहे. ती दिसत नाही. परंतु, तिच्या परिणामांवरून (क्रियेवरून) तिच्याबद्दल माहिती मिळू शकते. आपला अनुभव असा आहे की उष्णता दिली असता, पदार्थ गरम होतात व ती कमी झाली (काढून टाकली) की, पदार्थ थंड होतात. याशिवाय दुसरेही काही परिणाम पहावयास मिळतात.

उदा. उष्णतेने पदार्थांची स्थिती बदलते.

बर्फ (घन) $\xrightarrow{\text{तापवा}}$ पाणी(द्रव) $\xrightarrow{\text{तापवा}}$ वाफ (वायू).

या उलट, वाफ $\xrightarrow{\text{थंड करा}}$ (वायू) पाणी(द्रव) $\xrightarrow{\text{थंड करा}}$ बर्फ (घन).

उष्णतेविषयी अधिक माहिती पुढे दिली आहे.

त्याप्रमाणे प्रयोग करून पाहिल्यावर -

१. उष्णतेचे संक्रमण कसे होते?

२. पदार्थाचे प्रसरण.

३. उष्णतेचे मापन.

४. बाष्पीभवन व गारवा इ. गोष्टीची तुम्हाला माहिती होईल.

वेळ संध्याकाळची. ‘ शुभंकरोती ’ म्हणून मुले बसली आहेत. तेवढ्यात त्यापैकी एकाने वडिलांना शंका विचारली. ‘ सर्व पदार्थ सूक्ष्म अशा रेणूंचे बनलेले असतात व ते सतत हालचाल करत असतात, असे आम्हाला सांगितले. तर मग ती हालचाल आपल्याला कशी कळत नाही ?’

‘ एकतर रेणू अत्यंत सूक्ष्म म्हणजे सूक्ष्मदर्शक यंत्रालाही ते दिसत नाहीत व दुसरे म्हणजे घन, द्रव व वायुरूप पदार्थातील रेणूंची हालचाल निरनिराळ्या प्रकाराने होते.’

‘ ती कशी ?’

‘ घन पदार्थाचे रेणू आपली जागा सोडू शकत नाहीत. जागच्या जागीच त्यांचे कंपन होते व फारच थोडे स्थानांतर ते करू शकतात. द्रव पदार्थातील रेणू स्थानांतर करू शकतात; पण ती क्रिया अगदी कमी प्रमाणात होत असते. वायूंचे रेणू मात्र कुठेही फिरण्यास मोकळे असतात. यामुळे त्यांचे रेणू एकमेकांना (त्यांच्यामध्ये आकर्षण व प्रतिसारण असल्यामुळे, ते एकमेकांशी बद्ध असतात.) धक्के बसत असतात.

‘ या त्यांच्या गतिमानतेमुळे काय फायदा होतो ?’

‘ त्यांच्या अंगी कार्यशक्ती येते. गतीमुळे होणाऱ्या परिणामांची उदाहरणे तुम्हाला माहिती आहेत. उदाहरणार्थ - गलोलीतून सोडलेला दगड. या शक्तीलाच ऊर्जा असे म्हणतात.’

‘ मग या शक्तीत - ऊर्जेत बदल करता येत असेल नाही का ?’

‘ हो. त्यांच्या अंतर्गत होणाऱ्या रेणूंच्या गतीत होणाऱ्या वाढीमुळे तापमानात फरक पडतो. म्हणजेच तापमान बदलले की, त्यांची अंतर्गत ऊर्जाही बदलते.’

‘ हा ऊर्जा शब्द नवीन असल्याने तिच्याविषयी अधिक माहिती सांगा व तापमान म्हणजे काय ?’

‘ काही पदार्थांना आपण हात लावला, स्पर्श केला तर ते गार, थंड लागतात. तर काही गरम असतात. थंड पदार्थांचे तापमान कमी आहे असे आपण म्हणतो. म्हणजे थंड व उष्ण पदार्थांमधील उष्णतेची पातळी भिन्न-वेगळी असते. तापमान म्हणजे उष्णतेची पातळी होय. ‘ थंड ’ व ‘ उष्ण ’ हे शब्द सापेक्ष आहेत.’

‘ थंड ’ व ‘ उष्ण ’ पदार्थ एकमेकांना स्पर्श करून ठेवले असता त्यांच्यामध्ये उष्णतेची देवाण-घेवाण होते असा आपला अनुभव आहेच. स्नानासाठी खूप गरम पाणी असले तर त्यात आपण थंड पाणी मिसळतोच.’

‘ अगदी बरोबर. गरम चहाच्या कपात बुडवलेला चमचा देखील गरम होतोच की.’

‘ आम्हाला उष्णतेविषयी अधिक माहिती सांगा ना. ती कोठून मिळते ? तिचे परिणाम, ती मोजता येते का ? तिची हालचाल होते का ?’

‘ अरे हो, हो ! किती प्रश्न एकदम. आपल्याला अन्न शिजविण्याकरिता, प्रकाश मिळण्याकरिता, आगगाडीतून प्रवास करण्यासाठी, इंजिनात- अशा असंख्य प्रकारे उष्णतेची जरुरी आहे. लाकडे, कोळसा, केरोसिन (रॉकेल), गॅस इत्यादींपासून आपणाला ती मिळू शकते. उष्णतेपासून वीज निर्मितीही होऊ शकते. उष्णतेला आपल्या जीवनात मोठे स्थान आहे. सूर्य हा या दृष्टीने अत्यंत महत्त्वाचे कार्य करीत असतो; कारण त्याच्यामुळेच धान्य, वनस्पती इत्यादींचे उत्पादन होऊ शकते.’

‘ म्हणूनच आपले ऋषी, महर्षी सूर्याची महती गातात का ? वेदांतही सूर्याची स्तुती केली आहे म्हणे. पण, का हो बाबा, आपण काड्याच्या पेट्या वापरून निरांजन पेटवतो किंवा स्टोव्हच्या काकडवाती पेटवतो. पूर्वी काड्याच्या पेट्या होत्या का ?’

‘ नाही. आपले ऋषी-मुनी यज्ञ करण्यासाठी लागणारा अग्नि ‘मंथा व अरणी’ यांच्या घर्षणाने उत्पन्न करीत. अजूनही ‘ यज्ञ ’ प्रसंगी तसाच करावा लागतो.’

‘ म्हणजे घर्षणाने अग्नि-उष्णता उत्पन्न होते ?’

‘ हो. थंडीत गार-गार झालेले आपले हात आपण एकमेकांवर घासतो व ते गरम होतात हा आपला अनुभव आहेच. सुरीच्या पात्याला धार लावताना पाहिले आहेस का ?’

‘ हो. सुरीच्या पात्याचे त्या फिरणाऱ्या चाकाशी घर्षण झाले की, ठिणग्या पडताना दिसत होत्या. त्या घर्षणामुळे उत्पन्न झालेल्या उष्णतेमुळे का ? पाते गरम झाले होते खरे !’

‘ ऊर्जेमुळे रेणू जास्त प्रमाणात गतिमान होतात. उष्णतेचे स्थानांतरण तर होते हे आपण पाहिले आहे. हे स्थानांतरण तीन प्रकारांनी होते.’

‘ म्हणजे पदार्थाच्या तीन अवस्थांत- तीन प्रकारांनी होते असे तुम्हाला म्हणायचे आहे का ?’

‘ हो. तसंच म्हणा ना. त्या ऐवजी उष्णतेचे स्थानांतरण रेणू ज्या तऱ्हेने करतात त्यावर त्याचे प्रकार अवलंबून आहेत.’

प्रयोग

एक लांब, एक फूट अथवा थोडी मोठी सळई घ्या. मेणबत्तीच्या पातळ मेणाच्या साहाय्याने तीन (लोखंडी) गोळ्या सळईच्या एका टोकाकडून २, ३, ४ इंच अंतरावर चिकटून बसवा. (पातळ झालेले मेण सळईवर पडू द्या व गोळी दाबून बसवा.) गोळ्यांजवळील टोकं हातात धरून सळईचे दुसरे टोक स्पिरिटच्या दिव्यावर तापवा. जरा वेळाने गोळ्यांवर काय परिणाम होतो ते पहा. मेण पातळ झाल्याने ते निसटून खाली पडेल. प्रथम कोणती गोळी पडली ? शेवटी कोणती गोळी ? दिव्याकडील

गोळी प्रथम व टोकाकडील शेवटी पडलेली आढळेल. सळईच्या ज्योतीजवळील टोकाकडून दुसऱ्या टोकाकडे उष्णता वाहून जाते.

'या क्रियेला 'वहन' असे नाव आहे.'

'म्हणजे सर्व घन पदार्थ वहन पद्धतीने उष्णता वाहून नेतात– तापतात असेच ना ?'

'सर्व घन पदार्थ नाही.'

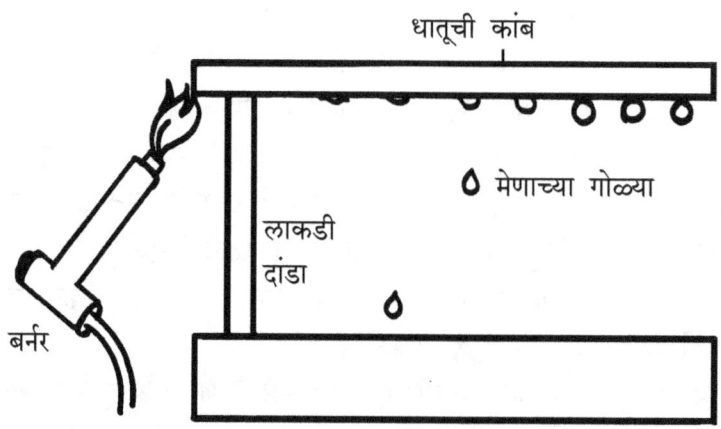

आकृती क्र. ६ : उष्णतेचे स्थानांतर

एक काचेची नळी (Stirring rod) घ्या व वरीलप्रमाणे प्रयोग करून पहा (आकृती क्र. ६). काचेवरील गोळ्या लवकर पडत नाहीत व काचही हातात धरली तरी चटका बसत नाही. धातू हे उष्णतेचे सुवाहक आहेत. काच, लाकूड, चामडे इ. पदार्थ मंद वाहक किंवा दुर्वाहक आहेत.

'पादत्राणे वापरली तर उन्हाळ्यात पाय भाजत नाहीत, हे खरं! म्हणूनच स्वयंपाकाची भांडीही धातूची केलेली असतात, होय ना ?'

'एक गंमतीदार प्रयोग पहा. तुम्हाला माहिती आहे का ? कागद मेणबत्तीच्या ज्योतीच्या फार जवळ आणल्यास पेट घेतो. आता कागदावर एक नाणे ठेवा व नाण्याखालचा भाग ज्योतीवर तापवा. उष्णता वाहून नेल्यामुळे कागद जळत नाही. पैशांचा आकार मात्र कागदावर उठलेला दिसतो.'

'वहन' पद्धतीत ज्योतीजवळील रेणू, आपली जागा न सोडता, उष्णता शेजारच्या रेणूला देतो व तो पुढच्याला अशा रीतीने सळईच्या एका टोकाकडून दुसरीकडे उष्णता वाहत जाते. या पद्धतीला 'वहन' किंवा 'संवहन' असे नाव आहे.

'सर्व धातू उष्णतेचे संवाहक आहेत. विशेषत: चांदी, तांबे इ. या उलट, लाकूड, लोकर, चामडे, ॲस्बेस्टॉस, जाडपुठ्ठा इ. 'दुर्वाहक' आहेत. विशेषत: सच्छिद्र वस्तूंच्या रेणूंमध्ये बरीच हवा राहू शकते. हवा ही दुर्वाहक असल्याने, ती त्यामधून उष्णता वहनाला विरोध करते.'

' हे आता कळले ; पण मग द्रवपदार्थातून उष्णतेचे संक्रमण कसे होते ते सांगा.'

' स्नानाला पाणी तापवताना त्या भांड्याचा किंवा बंबाचा कोणता भाग प्रथम गरम झालेला आढळतो ते पाहिले आहे का ?'

' हो. वरच्या भागाला हात लावला की, प्रथम तो गरम लागतो.'

' का ? असं का होतं ? भांड्याच्या तळाशी असलेले - तळालगतचे पाणी प्रथम तापते - ते हलके होते व वर जाते.' वरील पृष्ठभागालगतचे थंड-जड पाणी खाली येते व ते तापू लागते. ही क्रिया सर्व द्रव हळूहळू तापेपर्यंत चालू असते. या क्रियेत रेणूंची प्रत्यक्ष हालचाल होते. प्रत्येक पदार्थ गरम झाला की आपली जागा सोडतो. त्याची जागा दुसरा रेणू घेतो. या क्रियेला ' अभिसरण ' असे नाव आहे.

प्रयोग

काचेची मोठ्या तोंडाची बाटली घ्या. ती पाण्याने जवळ-जवळ पूर्ण भरा. तिच्यात थोडासा लाकडाचा बारीक भुसा टाका. बाटली हलवली तर तो पाण्यात मिसळलेला आढळेल. आता ती बाटली एका उथळ भांड्यात पाणी घेऊन त्यात ठेवा व ते भांडे स्टोव्हवर तापवा. गरम झालेले पाणी वरच्या भागाकडे जाते व वरचे थंड पाणी खाली येते. पाण्याच्या हालचाली बरोबर तरंगणारा भुसाही जाऊ लागतो व त्यामुळे पाण्यात खालून वर व वरून खाली अशी हालचाल दिसते. अभिसरण प्रवाह स्पष्ट दिसू शकतो.

सर्व प्रवाही पदार्थ या पद्धतीने उष्णता वाहून नेतात.

' म्हणजे हवा-प्रवाही पदार्थ असल्याने तीही अभिसरणाने तापते असेच ना ?'

' शेगडीवर हात धरल्यास खालून येणारी गरम हवा आपल्या हाताला जाणवते ना ? कागदाचे चक्र जर वर धरले तर ते या हवेमुळे फिरू लागते.'

' आता लक्षात आले. दिवसा समुद्राकडून जमिनीकडे व रात्री जमिनीकडून समुद्राकडे वारे का वाहतात ? दिवसा जमीन लवकर तापते व रात्री लवकर थंड होते. हो ना ?'

प्रयोग – पाणी दुर्वाहक.

परीक्षानळीत पाणी घ्या. तळाशी मेण चिटकवा. पाण्याचा वरचा भाग स्पिरिट दिव्यावर तापवा. वरचे पाणी, उकळते पण तळाचे मेण वितळत नाही.

परीक्षानळी कलती करून बुडाकडे तापवा. उघड्या तोंडाजवळ बोट नेले तरी आपल्याला उष्णता जाणवत नाही.

' उष्णता संक्रमणाचा आणखी एखादा प्रकार आहे का ?'

' हो. सूर्यापासून आपल्याला उष्णता मिळते ती तिसऱ्या प्रकाराने. सूर्य आपल्यापासून खूप दूर अंतरावर आहे. त्याच्याजवळ अवकाशात हवा वगैरे काही नाही असे असताना आपल्याला उष्णता मिळते. या प्रकारात माध्यम तापत नाही. संवहन व अभिसरण या दोन्ही प्रकारांत ज्यामधून उष्णता जाते (किंवा ज्यांना उष्णता मिळते.) त्यांचे तापमान वाढते. वास्तविक उष्णता घेऊन येणारे सूर्यकिरण

हवेतून येतात. त्यांनी जर हवा तापली असती तर ? विचार मनात न आणलेलाच बरा.'

'हो ना. म्हणजे आपण तप्त हवेच्या महासागराच्या तळाशी असतो तर मग हात विचारून नका. या संक्रमण प्रकाराचे नाव काय ?'

'याला 'उत्सर्जन' असे नाव आहे. हे पदार्थाच्या गुळगुळीत किंवा खडबडीत पृष्ठभाग तसेच चकचकीतपणावर व रंगावर अवलंबून असते.'

प्रयोग

'सूर्यकिरण आत येऊ शकणाऱ्या, बंद खिडकीच्या तावदानावर (काचेवर) काळा कागद ठेवा. काही मिनिटांनी कागदाला स्पर्श केल्यास तो गरम झालेला आढळतो. कागद काढून काचेला स्पर्श केला असता ती हाताला गरम लागत नाही. काचेतून ऊन आत येते- सूर्यप्रकाश येतो- ती पारदर्शक वस्तू आहे. पारदर्शक वस्तू तापत नाही.'

'आपण हिवाळ्यात गरम कपडे का वापरतो ?'

प्रयोग

दुधाच्या बाटलीसारख्या दोन बाटल्या घ्या. पाणी तापवा. त्याच्या तापमानाची नोंद घ्या. तापलेले पाणी बाटल्यांत भरा. बाटलीला घट्ट बूच बसवा. एका बाटलीभोवती गरम कपडा (लोकरीचा) गुंडाळा. दुसरी तशीच राहू द्या. दोन्ही बाटल्या थंडगार जागेत शेजारीशेजारी ठेवा. अर्ध्या तासाने दोन्ही बाटल्यातील पाण्याचे तापमान पाहिले असता, लोकरीचे कापड गुंडाळलेल्या बाटलीतील पाणी गरम राहिलेले आढळेल.

लोकर ही उष्णतेची मंद वाहक असल्याने बाटलीतील उष्णता बाहेर जाऊ देत नाही.

गरम कपडे, शरीराची उष्णता बाहेर जाऊ देत नाहीत. लोकरी-कापडाची वीणही अशी असते की, त्यामध्ये हवेचे पुष्कळ रेणू असू शकतात.

'उन्हाळ्यात आपण फिक्कट पांढऱ्या रंगाचे कपडे वापरण्याचा हेतू , ते गरम होऊ नयेत व उष्णतेचे परावर्तन व्हावे हाच असतो ना ?'

'होय. त्यामुळे उकडतेही कमी.'

संक्रमणाच्या तत्त्वाचे व्यवहारात काही उपयोग आहेत का ?

होय. प्रत्येक वायू एका विशिष्ट तापमानाला पेट घेतो. त्याला 'वायूचा ज्वलनांक' म्हणतात. स्टोव्ह पेटवताना बर्नर नीट तापल्याशिवाय स्टोव्ह व्यवस्थित पेटत नाही. हे आपल्याला माहीत आहे. कोळशाच्या खाणीसारख्या जागी काम करीत असताना, साधा, नेहमीचा दिवा प्रकाश मिळण्यासाठी नेला, तर तिथे निघणाऱ्या वायूचा पेटल्यामुळे स्फोट होऊन अपघात होण्याचा संभव असतो.

प्रयोग

गॅसच्या वर तांब्याची जाळी ठेवून खाली गॅस पेटवला तर ज्योत जाळीच्या वर जाऊ शकत नाही; कारण तांब्याची जाळी उष्णतेची सुवाहक असल्याने उष्णता चटकन् जाळीभर पसरवते व

त्यावरच्या वायूचे तापमान ज्वलनांकापर्यंत पोहोचू शकत नाही. जाळी खूप तापली म्हणजे ज्योत जाळीच्या वर येते. याच्या उलट गॅस जाळीच्या वर पेटवला तर त्याची ज्योत जाळीच्या खालच्या भागात पसरत नाही.

या तत्त्वाचा उपयोग करून दीपज्योतीभोवती तांब्याच्या धातूची जाळी (काचेऐवजी) बसवलेली असते. दिव्याच्या ज्योतीची उष्णता जाळी पसरवते व वायूचा ज्वलनांक होण्यापूर्वी सूचना मिळू शकते. (आतील ज्योत मोठी होऊ लागली की कामगारांनी बाहेर पडावे अशी सूचना मिळते.)

हा दिवा डेव्ही या शास्त्रज्ञाने तयार केला म्हणून याला ' डेव्हीचा रक्षक दीप ' असे नाव आहे.

थर्मास फ्लास्क

प्रवासाला जाताना किंवा एरव्हीसुद्धा इथे बराच वेळ द्रव पदार्थ गरम किंवा थंड रहावा म्हणून आपण थर्मासचा उपयोग करतो.

थर्मासमध्ये एक दुहेरी/ दुपदरी अशी काचेची बाटली असते. तिच्या दोन्ही बाजूंमधील हवा काढून घेतलेली असते व आतील भाग चकचकीत व कोरडा असतो. ही बाटली धातूच्या आवरणाखाली बुचावर ठेवलेली असते. बाटलीचे तोंड रबर अथवा बूच यांनी बंद केलेले असते. या रचनेमुळे संक्रमणाच्या तिन्ही प्रकारांनी – वहन, अभिसरण, उत्सर्जन या मार्गे– संक्रमण फार झटपट होऊ शकत नाही.

प्रसरण

समीर : उष्णतेविषयी आणखी काही माहिती सांगा. आम्ही रेल्वेच्या रुळाच्या कडेने चाललो असता रुळांमध्ये काही ठिकाणी थोडीशी फट असलेली आम्हाला दिसली. ती फट कशाकरिता ठेवलेली असते ?

मी : अरे व्वा ! बरेच लक्ष असते की तुमचे. घर्षणाने उष्णता उत्पन्न होते हे मी तुम्हाला सांगितले आहे. आगगाडी रुळावरून जाताना, तिच्या वेगामुळे, तिची चाके व रूळ यामध्ये घर्षण होते व उष्णता उत्पन्न होते. त्यामुळे रूळ प्रसरण पावतात व फट ठेवल्यामुळे त्यांच्या प्रसरणास भरपूर जागा मिळते. गाडी निघून गेली की, ते थंड झाल्यावर पूर्वीप्रमाणे होतात.

समीर : गाडी गेल्यावर ताबडतोब पाहिलं तर ते रूळ एकमेकांना चिकटलेले दिसतील ?

मी : प्रसरण फार थोडे असल्याने एवढे लक्षात येत नाही. ते पहायला धावणाऱ्या गाडीजवळ जाऊ नका.

प्रयोग (आकृती क्र. ७ पहा)

तीन फूट तांब्याची तार घ्या. तिचे एक टोक घट्ट बसलेल्या खिळ्याला किंवा हुकाला

अडकवा. टेबलावर काही पुस्तके ठेवून त्यावरून तार खाली ताणून लोंबकळत सोडा. तिच्या मोकळ्या टोकाला एक जड वजन अडकवा. वजन स्थिर झाले म्हणजे मोकळ्या, लोंबत्या टोकाची स्थिती दाखविणारी खूण करा. वजन अडकवल्याने तार ताठ राहते. एवढे झाले म्हणजे २–३ मेणबत्त्या पेटवून तारेखाली उभ्या ठेवा. (मेणबत्त्यांखाली कागद ठेवा म्हणजे टेबल खराब होणार नाही.) सर्व तार सारखी नीट तापते आहे हे पहा. पाच मिनिटांनी वजनाची जागा तीच आहे का ? पहा खूण करा. तार जसजशी अधिक तापेल तसतसे वजन खुणेच्या खाली गेलेले आढळेल.

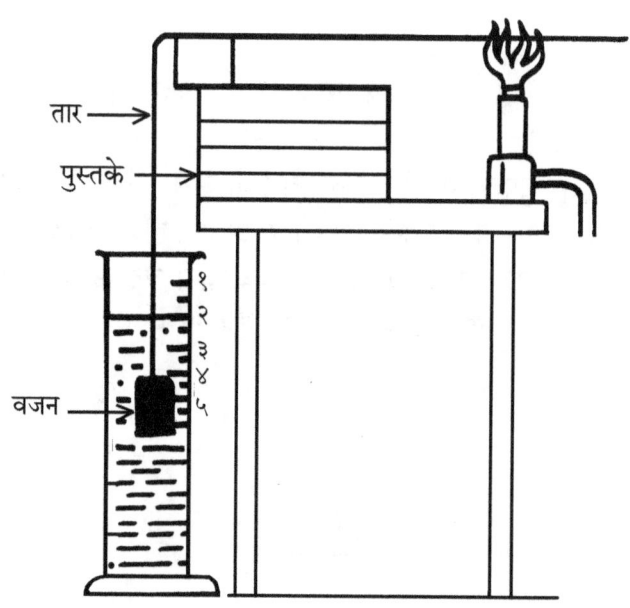

आकृती क्र. ७ : उष्णतेमुळे प्रसरण

तापल्यामुळे तारेची लांबी वाढते.

काचेच्या बाटलीचे बूच घट्ट बसले असल्यास; बाटलीचा ‘ गळा ’थोडा तापल्यास बूच काढणे शक्य होते. काच दुर्वाहक असल्याने गळा तापवला तर ती उष्णता आतल्या बुचाला मिळू शकत नाही; म्हणून गळ्याचेच फक्त प्रसरण होते.(बेताने तापवा नाहीतर ‘गळा’ तडकेल.)

समीर : सर्वच पदार्थ प्रसरण पावतात का ?

मी : होय.

समीर : हवा, पाणी सुद्धा ?

मी : होय. उष्णतेने पदार्थ प्रसरण पावतात व थंडीने आकुंचन पावतात.

प्रयोग

अ‍ॅल्युमिनियम व लोखंड यांची जोडपट्टी पाहिली आहेस का ? ही पट्टी जर तापवली तर ती वाकडी होते. दोन्ही धातू सारखेच प्रसरण पावत असते तर पट्टी वाकडी झाली नसती. अ‍ॅल्युमिनियम जास्त प्रसरण पावते, म्हणून अ‍ॅल्युमिनियम पट्टी लोखंडावर वाकते. तीच गोष्ट तांबे व लोखंड यांच्या जोडपट्टीने दाखविता येईल. या गुणधर्माचा उपयोग विद्युत उपकरणांपासून होणारा धोका टाळण्यासाठी करतात.

समीर : तापमापकात पाराच का वापरतात ?

मी : एकतर पारा चकचकीत असल्याने तापमान वाचणे सोपे. पारा नळीला चिकटत नाही (ओली करीत नाही.) पारा पाण्याइतका लवकर गोठून घनस्थितीत जात नाही व त्याची वाफ लवकर, कमी तापमानावर होत नाही.
अत्यंत महत्त्वाचे कारण म्हणजे पारा द्रवरूप असूनही उष्णतेचा सुवाहक आहे. (हा द्रवरूप धातू आहे.) त्यामुळे आजारी माणसाच्या शरीराला तापमापकांचा स्पर्श झाला की तो प्रसरण पावतो व त्याचे तापमान दाखवतो.

समीर : वर्तमानपत्रात आजचे तापमान अमुक अंश से. असे लिहितात. हे ‘ से ’ काय असते ?

मी : तापमान मोजण्यासाठी ‘ सेल्सिअस ’ तापमापकाचा उपयोग केला आहे असे ‘से’ या अक्षराने कळते. सेल्सिअस तापमापकामध्ये पाण्याचा ‘ गोठण ’ बिंदू व ‘ उत्कलन ’ बिंदू यामध्ये १०० भाग असतात. म्हणून त्याला सेंटिग्रेड तपमापक असेही नाव होते. ‘ गोठणबिंदू ’ म्हणजे शुद्धपाण्याचे बर्फात रूपांतर होताना पारा तापमापकांच्या ज्या खुणेपाशी स्थिर होतो, ती खूण, व शुद्धपाणी समुद्रकाठी उकळत असताना ज्या खुणेपाशी स्थिर होतो तो उत्कलन बिंदू समजला जातो. पाणी 0° से. तापमानाला गोठते व १००° से. तापमानाला उकळते. या दोन खुणेमध्ये १०० भाग असतात.

समीर : ‘ या उत्तराने माझ्या मनात २-३ शंका आल्या आहेत. पहिली म्हणजे ‘ शुद्ध ’ पाणी का ? दुसरे म्हणजे समुद्रकाठ का ? आणि तिसरे म्हणजे तापमापकाचा आणखी एखादा प्रकार आहे का ?’

मी : वा ! फारच लक्षपूर्वक ऐकतो आहेस. पाण्यात अशुद्धता असेल तर, त्याचे बर्फ होण्याचे तापमान बदलते. पाण्याचा बर्फात बदल होताना, तापमान स्थिर राहते. तसेच बर्फाचे पाणी होतानाही तापमान सर्व बर्फाचे पाण्यात रूपांतर होईपर्यंत, स्थिर राहते.
तुला आठवते का, आपल्याकडे जेव्हा आइसक्रीम केले होते, जेव्हा ते तयार करताना दूध घातलेले भांडे बर्फात ठेवले होते व त्या बर्फात मीठ मिसळले होते. बर्फात मीठ मिसळल्याने, अधिक गारवा उत्पन्न होतो. म्हणजेच तापमान उतरते. म्हणजेच 0 अंशाखाली जाते. त्याचप्रमाणे उकळत्या पाण्यात मिठासारखा पदार्थ विरघळला तर त्याचा उत्कलनबिंदू वाढतो, म्हणजेच १०० अंशाच्यावर जातो; म्हणून पाणी शुद्ध असावे लागते.

आता दुसरा मुद्दा. सर्व ठिकाणी हवा असते. त्या हवेचा दाब पाण्यावर असतोच. जसजसे आपण समुद्रसपाटीपासून उंचीवर जातो तसतशी हवा विरळ होते व दाब कमी होतो. पाणी उकळत असताना पाण्याचा द्रवरूपातून वाफेमध्ये- वायूरूपांत बदल होत असतो. दाब कमी झाला की ते कमी तापमानाला उकळू शकते. मुंबई-सिमला किंवा आणखी एखाद्या उंच ठिकाणी पाण्याचा उत्कलन बिंदू वेगळा असेल. यासाठी 'समुद्रकाठी' असे म्हटले आहे.

तिसरा मुद्दा- फॅरनहाइट या जातीच्या तापमापकात गोठण बिंदू ३२ अंश व उत्कलन बिंदू २१२ अंश मानला आहे व त्यामधील भागाचे १८० भाग(अंश) केलेले आहेत. पूर्वी डॉक्टर लोक रोग्याचे तापमान याच पद्धतीने मोजत. हल्ली आपण सगळीकडे दशमान पद्धती (पैसा- वजन, द्रव पदार्थ मोजण्यासाठी) स्वीकारली असल्याने, ' से ' पद्धतीचा वापर केला जातो. जर्मन जातीच्या तापमापकांत हेच बिंदू ०° व ८०° असतात पण ते फारसे प्रचारात नाही.

समीर : हे समजले. पण रशिया, अमेरिकेसारख्या देशात जेव्हा थंडीमध्ये बर्फ पडते किंवा उत्तर ध्रुवावर बर्फ असते, त्यावेळी तापमान गोठण बिंदूपेक्षा कमी असते का ? व असे असेल तर त्या ठिकाणी कोणता तापमापक वापरतात ?

मी : पारा उणे ३९° से. तापमानाला गोठतो व +३७५° से. तापमानाला उकळतो. म्हणून वरील ठिकाणी तापमान जर -३९° से. च्या खाली गेले, तर पाऱ्याचा तापमापक निरुपयोगी ठरतो. याठिकाणी अल्कोहोल वापरून तापमापक तयार केलेला असतो. त्याचा गोठण बिंदू उणे ११४ अंश असल्याने, त्या ठिकाणचे किमान तापमान मोजण्यास तो तापमापक वापरतात.

समीर : किमान व कमाल तापमान वर्तमानपत्रात असतं खरं. मला आपली एका शंका येते की कमाल किंवा किमान तापमान हे पाहण्यासाठी तापमापकाकडे एकसारखे कसं बघत बसता येईल ? त्यासाठी काहीतरी सोय असली पाहिजे. तसेच डॉक्टर आजारी माणसाचे तापमान पाहताना त्याच्या काखेत तापमापक ठेवतात. पण बाहेर काढून तापमान पाहीपर्यंत तापमान उतरत कसं नाही ?

मी : त्यासाठी विशिष्ट प्रकारची तापमापके वापरतात. त्यामध्ये लोखंडाचा दर्शक बसवलेला असतो. तापमान वाढले की पारा प्रसरण पावतो व त्या दर्शकाला पुढे ढकलत नेतो. तापमान उतरू लागताच दर्शक तेथेच राहतो. त्यामुळे कमाल तापमान कळते. मग लोहचुंबक वापरून दर्शक पुन्हा मागे आणावा लागतो. अशीच रचना किमान तापमापकामध्ये असते. त्यांचे अनेक प्रकार आहेत. पाऱ्याला दर्शक चिटकत नाही; म्हणून तिथे राहतो. पण किमान तापमापकातील दर्शक द्रवाबरोबर (अल्कोहोल) मागे जातो व अल्कोहोल प्रसरण पावू लागला तरी तिथेच राहतो. ही गोष्ट प्रत्यक्ष तापमापक पहा म्हणजे लक्षात येईल.
आता डॉक्टर वापरीत असलेल्या तापमापकात त्याच्या बल्बजवळ नळी किंचित अरुंद केलेली असते. त्यामुळे पारा प्रसरण पावताना पुढे जाऊ शकतो; पण बाहेर काढल्यावर

नळीच्या अरुंद भागातून मागे जाऊ शकत नाही. त्यामुळे डॉक्टर लोकांना तापमान पाहता येते. तापमापक लावण्यापूर्वी ते झटकावे लागते. म्हणजे पारा खाली उतरतो.

निरोगी माणसाचे तापमान ९७° फॅ. च्या आसपास असते व माणसाचे तापमान १०५° फॅ. च्या फारसे वर चढत नसल्याने डॉक्टरच्या तापमापकात ९५° फॅ. ते ११०° फॅ. तापमान मोजण्याची क्षमता असते. सेल्सिअस तापमापकांत ते ३५° ते ४५° से. असते. सेल्सिअस तापमान व फॅरनहाइट तापमान यांचा गोंधळ होऊ देऊ नये. डॉक्टर म्हणाले, 'ताप १०२° आहे', तर ते फॅ. तापमान आहे असे समजावे कारण से. तापमानाप्रमाणे पाणी १००° ला उकळते.

समीर : होय. पाणी फक्त अपवाद आहे. पाणी थंड होताना ४° से. तापमान होईपर्यंत आकुंचन पावते; पण त्याच्याखाली तापमान होऊ लागले की, प्रसरण पावते. ही क्रिया 0° तापमानापर्यंत म्हणजे बर्फात रूपांतर होईपर्यंत, चालू असते.

प्रसरण पावल्याने फायदा-तोटा काय ?

मी : फायदा - बर्फ पाण्यापेक्षा हलका असल्याने पृष्ठभागावर तरंगतो. म्हणजे आर्क्टिक समुद्र गोठला तर वरचा थर बर्फाचा असतो. त्याच्या खाली पाणीच असते. नाही तर समुद्र तळापासून गोठला असता व मासे वगैरे प्राणी जिवंत राहिले नसते.

तोटा - उत्तरेकडच्या समुद्राकडून बर्फाचे मोठे कडे, डोंगरच म्हणाना (Iceberg) समुद्रातून तरंगत-तरंगत येत असतात. त्याचा ७/८ भाग पाण्याखाली असतो. बोटींना त्यापासून मोठा धोका असतो.

समीर : उष्णता दिली असता कोणता फरक होतो ?

मी : स्थितीबदल होतो. घनपदार्थ → द्रवरूप → वायुरूप होतात. सोनार मुशीमध्ये सोन्याचे तुकडे ठेवून तापवतो. सोने वितळते मग त्याला साच्यात ओतून पाहिजे तो आकार देणे शक्य होते. अर्थात, सोन्याचे वायुरूप करण्याच्या भानगडीत कोणीच पडत नाही.

समीर : घनरूप ते वायुरूप बदल निरनिराळ्या पदार्थांच्या निरनिराळ्या तापमानाला होते का ?

मी : होय.

समीर : हवेचा तापमापक करता येणे शक्य आहे का?

मी : आकृतीत दाखविल्याप्रमाणे एक बाटली घेऊन त्याच्या तोंडात नळी असलेले बूच बसवा. (बल्बही चालेल). मात्र बूच, मेण अथवा प्लॅस्टर ऑफ पॅरिस लावून वाताभेद्य करा. उभ्या नळीच्या मागे कागदाची पट्टी बसवून स्केल तयार करा. नळीचे खालचे तोंड रंगीत (थंड) पाण्यात बुडवा. बल्ब थोडा तापवा. काही हवा बुडबुड्याच्या रूपाने बाहेर जाईल व त्यामुळे नळीत रंगीत पाणी चढलेले आढळेल. निरनिराळ्या तापमानाला नळीतील पाण्याची उंची पहा. स्केल तयार करताना दुसऱ्या तापमानाची मदत घ्या.

आपल्याला थंडी अथवा उष्णता यांची जाणीव स्पर्श या क्रियेमार्फत होते. पण प्रत्येकाचा अंदाज कधी कधी वेगळा येणे शक्य असल्याने, तापमापकाची आवश्यकता असते.

(१ ग्रॅम बर्फाचे ०° से. तापमानाला १ ग्रॅम पाण्यात बदल (रूपांतर) करायचे असल्यास ८० कॅलरी उष्णता लागते.)

म्हणून बर्फ खाणे - व त्याच तापमानाचे पाणी पिणे - यामध्ये बर्फ खाणे अधिक धोकादायक कारण तो बर्फ वितळण्यासाठी लागणारी उष्णता आपल्या (शरीरातून) घेतली जाते व म्हणून बधिरता येण्याची शक्यता असते. म्हणून बर्फ बेतानं वापरा.

समीर : आता आणखी एक शंका हं ! हवेचा दाब व उत्कलन बिंदू यांचा संबंध असतो असं तुम्ही सांगितलं. दाब कमी झाला तर कमी तापमानावर पाणी उकळायला पाहिजे, होय ना.

मी : होय, मघाचा गमतीदार प्रयोग पहा.

घट्ट बूच असलेला काचेचा चंबू घ्यायचा बरं का. त्यात पाणी, साखर, कॉफीची पूड घालून ते तापवून कॉफी करायची. ती उकळत असतानाच वाफ बाहेर पडत असतानाच बूच लावा. कॉफी उकळायची थांबली की तो चंबू उलटा करा. (बूच घट्ट बसवले असल्याने कॉफी सांडणार नाही.) चंबूच्या बुडावर बर्फाचे खडे ठेवा, काय घडते ते पहा. कॉफी पुन्हा उकळू लागली व बराच वेळ जवळ-जवळ थंड होईपर्यंत उकळत राहिली.

हे का घडले ?

चंबूवर बर्फ ठेवल्याने चंबूत कोंडलेल्या वाफेचे पाण्यात रूपांतर झाले व कॉफीवरील दाब बराच कमी झाला. म्हणून कॉफी पुन्हा उकळू लागली.

समीर : मजा आहे हं ! मग ही युक्ती स्वयंपाक करताना वापरावी म्हणजे जळणाचा खर्च कमी होईल.

मी : व्वा ! नवीन शोध लावणार तू. पण तुला माहिती नाही. सिमला, वगैरे सारख्या उंचीवर असलेल्या ठिकाणी हवेचा दाब कमी. म्हणून पाणी कमी तापमानाला उकळते; पण म्हणूनच अन्न लवकर शिजत नाही. तेव्हा तुझे म्हणणे कल्पना म्हणून ठीक आहे. पण प्रत्यक्षात वेगळेच होईल.

समीर : मग दाब वाढवून उत्कलन बिंदू वाढवला तर अन्न लवकर शिजेल ?

मी : पूर्वीच्या काळी मोदकपात्रासारख्या भांड्यावर झाकण घट्ट ठेवून पदार्थ शिजवीत. त्यात कोंडलेल्या वाफेमुळे आतील उकळत्या पाण्यावरील दाब वाढून पाण्याचा उत्कलन बिंदू वाढल्यामुळे, पदार्थ चांगले शिजत. हल्ली देखील तीच गोष्ट आहे. तू 'प्रेशर कुकर' पाहिला आहेस. त्यातही तेच तत्त्व आहे.

समीर : वाफेच्या अंगी आणखी कोणती शक्ती आहे ?

मी : कोंडलेल्या वाफेच्या अंगी फार मोठी शक्ती असते. काही आगगाड्यांना वाफेची इंजिने लावलेली असतात. पाण्याची वाफ होते व कोंडलेल्या वाफेच्या दाबाने यंत्रे फिरू लागतात व आगगाडी धावते.

डॉक्टर लोक देखील त्यांची उपकरणे वाफेच्या पेटीत ठेवून निर्जंतुक करतात.

आणखी काही शंका आहेत का ?

अंजू : शंका नाही. पण पदार्थाचे हे जे तीन प्रकार – घन, द्रव व वायुरूप तुम्ही सांगितले, त्यांचे गुणधर्मही वेगवेगळे असतात. काही समान गुणधर्म सोडा. पण हा फरक त्यांच्या रचनेमुळे होतो का ? मला असं म्हणायचंय्; म्हणजे मला नक्की शब्द सुचत नाहीत. पण घन पदार्थ (उदा. बर्फ) तापवला तर त्याचे द्रवात (पाणी) रूपांतर होते. हा फरक म्हणजे बर्फ वाहत नाही पाणी वाहते – हा फरक का पडतो ?

मी : अरे बापरे ! तू तर आज अगदी भलताच अवघड मुद्दा काढलास पहा. मी शक्य तेवढे सोपे करण्याचा प्रयत्न करतो. आपण खडू पाहिला. तो बारीक कणांचा बनला आहे. शास्त्रज्ञांना असं आढळून आलं आहे की सर्व पदार्थ रेणूंचे बनले आहेत. म्हणजे रेणू हा पदार्थाचा अत्यंत सूक्ष्म भाग हा डोळ्यांनाही दिसत नाही. सूक्ष्मदर्शकयंत्राने सुद्धा नाही. घन पदार्थात याची रचना विशिष्ट प्रकारची असते. याच्यामध्ये एकमेकांबद्दल आकर्षण असते व ते आपली जागा त्याच्यावर दाब, जोर लावलाच तर काही वेळा बदलतात (स्थितीस्थापकत्व) पण दाब काढताच पुन्हा पूर्ववत होतात. अर्थात, प्रत्येक पदार्थाच्या रेणूंच्या वागण्यात फरक असतो. काही पदार्थ वाफवता येतात; तर काचेसारखा पदार्थ जास्त तापविल्यास फुटतो.

अंजू : द्रव पदार्थ पण रेणूंचे बनलेले असतात का ?

मी : मी मघाच सांगितले आहे. सर्व पदार्थ पाणी, हवा – रेणूंचेच बनलेले असतात पण पाण्याच्या रेणूंमध्ये गतिशीलता असते. म्हणजे घन पदार्थाच्या रेणूपेक्षा परस्पर गतिशीलता जास्त असते. असं पहा, साखरेचा घट्ट पाक जर लहानशा भांड्यात ओतला तर प्रथम त्याचा ढीग बनल्यासारखा दिसतो. ढीग हळूहळू नाहीसा होऊन त्याचा सपाट थर बनतो का? तर प्रवाहीपणा हा रेणूंच्या गतिशीलतेवर अवलंबून असतो. निरनिराळ्या द्रव पदार्थात हा गुण निरनिराळा असतो; म्हणून ग्लिसरीन, पाणी, तूप इत्यादीत फरक असतो हे लक्षात येईल. द्रव पदार्थांचा पृष्ठभाग सपाट असतो.

समीर : परस्पर गतिशीलता हे तितकंसं समजलं नाही. पण पदार्थ रेणूंचे असतात आणि घन, द्रव्यांच्या रेणूंत वेगळे गुणधर्म आहेत एवढे कळले.

अंजू : एकाच पदार्थातील सर्व रेणुंचे आकार व गुणधर्म सारखेच असतात का ?

मी : होय. समीर, तुला परस्पर गतिशीलता समजण्यासाठी एक उदाहरण देतो. पहा समजते का. कोरडी वाळू घेऊन तिचे एकावर एक असे थर रचून त्याचा तुम्ही डोंगर-ढीग करण्याचा प्रयत्न करता. ढीग होतो का ?

समीर : नाही. ढीग उंच करण्याचा प्रयत्न केला तर वाळू घसरते व ढीग सपाट होऊ लागतो.

मी : बरोबर. हे होण्याचे कारण वाळूच्या कणांमधील परस्पर गतिशीलता होय.

अंजू : आणि वायूच्या रेणूचे काय ?

मी : घन किंवा द्रव पदार्थाच्या रेणूंच्या मानाने वायूच्या रेणूंना एकत्र बांधणारी शक्ती कमी असते व त्याच्या दोन रेणूंमध्ये अंतर बरेच असते.

अंजू : माफ करा भाऊसाहेब. पण रेणूविषयी अधिक माहिती सांगता का ?

मी : मारुतीच्या ‘ भीमरूपी महारुद्रा ’ या रामदासांच्या स्तोत्रांत ‘अणू पासोनी ब्रह्मांडा एवढा होत जातसे’ अशी एक ओळ आहे. अणू म्हणजे धातूचा किंवा कार्बनचा अतिसूक्ष्म कण. रेणू हा अणूहून मोठा. तेल, साखर, पाणी, प्राणवायू यांच्या अतिसूक्ष्म कणांना ‘ रेणू ’ म्हणतात. विविध पदार्थांचे रेणू आकाराने भिन्न असतात. एक घन सें. मी. हवेमध्ये २७, ०००, ०००, ०००, ०००, ००० इतके रेणू असतात. तर पाण्याचे ५,०००, ००० रेणू एका सरळ रेषेत एकापुढे एक असे जोडून ठेवले आहेत अशी कल्पना केली तर, त्याची लांबी फक्त १ मि. मी. होईल.

अंजू : इतक्या मोठ्या संख्येने रेणू असूनही ते एकत्र कसे राहतात ? ते एकत्र बांधलेले आहेत का ?

मी : रेणूमध्ये एकमेकांना आकर्षित करणारी शक्ती-बळ असते आणि तिच्यामुळे प्रत्येक रेणू सभोवतालच्या रेणूंना आकर्षित (धरून ठेवण्याचा प्रयत्न) करत असतो. आपण जेव्हा दोर तोडतो किंवा कागद फाडतो, त्यावेळी त्या आकर्षणाच्या विरोधामुळेच आपल्याला जोर लावावा लागतो.

समीर : सर्व पदार्थातील रेणूंमधील ही आकर्षण शक्ती सारखीच नसते ना ?

अंजू : नसणारच! वास आपणापर्यंत कसा येतो. रेणूंची जरा मोकळी हालचाल होते म्हणून.

मी : होय. घन पदार्थात रेणू सतत हलत राहतात. पण ते पदार्थाचा आकार कायम राखतात. म्हणजे विटा एकावर एक रचून भिंत करतो ना आपण, तशी रेणूंची एक भिंतच म्हणाना आणि त्या रचलेल्या विटांमधील पोकळीत एक गोटी ठेवून विटा काढून घेतल्या आणि त्या गोट्या आंदोलन करीत आहेत; हलत आहेत अशी कल्पना करा. म्हणजे घन पदार्थाची कल्पना येईल. म्हणजे रेणूमध्ये अंतर असते- त्यांची हालचाल होते- त्यांच्यामधील आकर्षणामुळे ते एकमेकांना बांधून ठेवतात व ते एकमेकांना अडथळा करीत नाहीत या गोष्टी लक्षात घ्या.

समीर : अरे बापरे! एवढासा रेणू-दिसत देखील नाही. तरी एवढी नियमित हालचाल करतो हं.

मी : हो ना. द्रव पदार्थात रेणूमधील अंतर जास्त असते त्यामुळे त्यांची गती वाढते. त्यामुळे द्रवाचा आकार बदलतो. द्रव पदार्थ म्हणजे उसळणाऱ्या असंख्य रेणूंचा समुदायच. फुग्यातील हवेचे रेणू हालचाल करीत असतात; पण आत अंतर कमी म्हणून तुलनेने आतील आघात जास्त वेळा, म्हणून फुगा फुटतो व टणक होतो.

अंजू : म्हणजे हवेचा दाब हा रेणूंच्या आघातामुळे होतो असंच ना !

मी : अगदी बरोबर. घन पदार्थापेक्षा द्रवपदार्थातील रेणूमध्ये हा आघात कमी असतो. त्यांचे रेणू अलग करणे सोपे, परंतु त्या रेणूंना एकत्र ठेवण्यास ते पुरेसे असते. पाण्यावर ठेवलेला काचेचा तुकडा किंवा कागद उचलला तर तो ओला झाला असे आपण म्हणतो. पण

त्याला काही पाण्याचे रेणू चिकटलेले असतात. ते बाकीच्या पाण्याच्या रेणूपासून अलग होतात. द्रवाचे थेंब नेहमी गोल राहण्याचा प्रयत्न करतात– कारण रेणुंचे एकमेकांतले आकर्षण होय.

अंजू : हे छान समजलं. पण मघाशी तुम्ही सांगितले की हवेच्या रेणूमध्ये अंतर असते म्हणून. घन व द्रवाच्या रेणूमध्ये अंतर असते का ?

मी : एका भांड्यात पाणी घ्या. त्यात मिठाचे खडे टाका. ते विरघळतात ना ? पण विरघळल्यानंतर मिश्रणाचे आकारमान कमीच असलेले दिसेल किंवा दुसरा प्रयोग करू या. तुमच्याकडे गोट्या आहेत का समीर ?

समीर : हो, आणू का ?

मी : गोट्या आण. सारख्याच आकाराची दोन भांडी आण व थोडी रेती पण आण. एक भांडे गोट्यांनी अर्धे भरू व दुसरे रेतीने अर्धे भरू. आता यापैकी गोट्या असलेल्या भांड्यात दुसऱ्या भांड्यातली रेती ओतू. भांडे पूर्ण भरले का ?

समीर : नाही. जरा कमी आहे.

मी : दोन्ही अर्धी भरलेली होती. प्रत्येक अर्धे भांडे गोट्या व रेती एकत्र आणल्यावर, ओतल्यावर एक भांडे पूर्ण भरावयास पाहिजे. हो ना ? मग का कमी भरलं असावं ? रेतीचे कण गोट्याच्यामधील जागेत जाऊन बसले. म्हणून मिश्रणाचे आकारमान कमी झाले. मीठ विरघळते त्यावेळी मिठाचे रेणू पाण्याच्या रेणूंमधील पोकळीत शिरून बसतात. (विटेवर पाणी टाकले तर ते विटेत जिरते.)

अंजू : रेणूंमधील आकर्षणामुळे रेणूंची हालचाल होते का ?

मी : होय! असंच याचं उत्तर आहे. द्रवांचे व वायूंचे रेणू स्वैरस्थितीत गतिमान असतात. रातराणीच्या फुलाचा वास रस्त्याने जाताना येतो. खोलीच्या कोपऱ्यात उघडलेल्या अत्तराचा वास जरा वेळाने का होईना आपल्याला येतो ना ? वेळ लागण्याचं कारण हे रेणू एकमेकांवर अनेक वेळा आदळतात. त्यामुळे त्यांची हालचाल वेडीवाकडी होत होत ते आपल्यापर्यंत येतात, म्हणून.

घन पदार्थ व उष्णता

अंजू : आतापर्यंत तुम्ही पाणी, वाफ व उष्णता यांचा संबंध सांगितला. पण, घन पदार्थ तापवले असता त्यांच्यावर उष्णतेचा काय परिणाम होतो याचा नुसता उल्लेख केला. त्याबद्दल जरा अधिक माहिती सांगा.

मी : आपल्याला घन पदार्थ यामध्ये मुख्यत: धातूंचाच विचार करावा लागतो. कारण लाकूड, रबर, चामडे इ. पदार्थ उष्णतेचे दुर्वाहक असल्याने ते तापवले तर प्रथम गरम होतात व जास्त तापवले तर जळू लागतात. तुम्ही लाकूड जळताना पाहिले आहे. ते जळाल्यानंतर मागे राख/कोळसा राहतो. लाकडाचे, अपूर्ण हवा पुरवठ्यात ज्वलन झाले, तर त्यापासून

कोळसा मिळतो व तोच आपण वापरतो. कोळशाप्रमाणेच दगडी कोळसा, गॅस, डिझेल तेल, पेट्रोल, घासलेट इ. इंधन म्हणून आपण वापरतो.

आता तांबे, लोखंड या धातूंसारखे घन पदार्थ तापवले, तर ५००° से. च्या सुमारास ते तांबूस दिसू लागतात. आणखी तापवल्यास पिवळसर दिसू लागतात व आणखी तापवल्यास जवळ जवळ पांढरे दिसू लागतात. त्यांच्यापासून थोडा प्रकाश मिळू शकतो. (अंधारामध्ये पेटलेल्या उदबत्तीचे टोक स्पष्ट दिसू शकते.) व आणखी तापवले तर धातू वितळतात. काही धातूंचे विलयबिंदू खालीलप्रमाणे आहेत.

कथिल	२३२° से.	शिसे	३२७° से.
जस्त	४१९° से.	ॲल्युमिनियम	६६०° से.
सोने	१०६३° से.	तांबे	१०८३° से.

सूर्याचे तापमानही प्रचंड आहे. इतक्या अंतरावरूनही त्याची उष्णता आपल्याला किती (कधीकधी) तीव्र आहे, हे जाणवते.

अंजू : कारखान्यात धातू वितळवून साच्यांत टाकून त्यांना आकार देतात ना ?

मी : होय. एखादा कारखाना पाहिल्याशिवाय ही कल्पना येणार नाही.

प्रकाश

खरं म्हणजे प्रकाशाची ओळख नव्यानं काय करून घ्यायची? प्रकाश आहे म्हणून आपल्याला साऱ्या वस्तू दिसतात. प्रकाश आहे, म्हणून सप्तरंग आहेत, सारी सृष्टी रम्य आहे, बहुरंगी आहे. प्रकाश आहे म्हणून आरशाला महत्त्व आहे, भिंगांना अर्थ आहे आणि चांदण्यांची मौज आहे. प्रकाश आहे म्हणून रात्रीचाही दिवस करून खेळ चालतात आणि कामाचे तास वाढतात. प्रकाश आहे म्हणून लिहिणं-वाचणं आहे व सिनेमा बघणंच नव्हे तर ऐकणंही आहे. बोलपटाचं शास्त्र प्रकाशावरच आधारलं आहे. माणसाचंच नव्हे, तर साऱ्या सृष्टीचं जीवनच प्रकाशावर आधारलेलं आहे. प्रकाश म्हणजे आपण ज्ञानाचं लक्षण समजतो. प्रकाश असला म्हणजे धैर्य येतं. हुरूप येतो. आनंद निर्माण होतो.

प्रकाश : ऊर्जेचे रूप

एखाद्या दिवशी वीज गेली की आपण अस्वस्थ होतो. मग मेणबत्तीचा प्रकाशसुद्धा आपल्याला धैर्य देतो, आनंद देतो; म्हणून प्रयोग रूपानं प्रकाशाची ओळख जास्त फलदायी होईल, यासाठी हा सोप्या प्रयोगांचा प्रपंच.

उष्णता म्हणजे ऊर्जा. उष्णता आहे असं जाणवलं की बरे वाटते. साधारणपणे उष्णता आणि प्रकाश ही भावंडं आहेत आणि तीही जुळी भावंडं आहेत. प्रकाश आहे, तिथे उष्णता आहेच. किंबहुना प्रकाशाआधी उष्णताच जाणवते. कुठलीही वस्तू प्रकाशाआधी उष्णताच बाहेर फेकते आणि मग प्रकाश फेकू लागते. म्हणजेच प्रकाश देतो दिसण्याचं सुख आणि उष्णता देते उबेचा आनंद.

उष्णतेप्रमाणेच प्रकाश हे सुद्धा ऊर्जेचे, शक्तीचे एक रूप आहे. निरनिराळ्या पदार्थांपासून प्रकाश मिळू शकतो. याचे कारण, ही ऊर्जा त्यांच्यापासून बाहेर फेकली जाते. घनपदार्थ तापवले की, प्रथम तांबूस, लाल (Red hot) होतात व अधिक तापवले की श्वेत, पांढरे (White hot) होतात.

आपल्याला प्रकाशाचा पुरवठा फार मोठ्या प्रमाणावर सूर्याकडून होतो. रात्री चंद्राप्रमाणेच, विजेचे अथवा तेलाचे दिवे यांच्यापासून प्रकाश मिळतो. शुक्राचा तारा आकाशात प्रकाशमान असताना त्याच्यापासूनही आपल्याला प्रकाश मिळू शकतो.

म्हणजे नैसर्गिक व मानवनिर्मित अशी प्रकाश साधने आहेत.

समीर : सूर्य इतक्या दूर अंतरावर असताना प्रकाश तिथून इथपर्यंत कसा येतो ?

मी : सूर्यापासून आपल्याला उष्णता कशी मिळते ? सूर्यकिरण येताना वाटेतील माध्यम न तापवता येतात. त्याचप्रमाणे प्रकाशही त्याच माध्यमातून सरळ येतो.

अंजू : माध्यम म्हणजे हवा का ?

मी : हवेचे पृथ्वीभोवती फारतर ५०० मैल उंचीपर्यंत आवरण असेल. त्याच्या पलीकडे (आकाशात) पोकळीच आहे.

समीर : तो पण रेणूंच्या हालचालींमुळे उत्पन्न होतो का ? पण इतक्या लांब अंतरावरून रेणूंच्या हालचालींचा परिणाम जाणवतो. म्हणजे त्यांची शक्ती केवढी असली पाहिजे. नाही का ?

मी : प्रकाश हा फोटॉन नावाच्या ऊर्जा कणांनी बनला आहे, असे मत काही शास्त्रज्ञांनी व्यक्त केले आहे. अर्थात, हे मत त्यांनी केलेल्या प्रयोगामुळे झाले आहे.

अंजू : म्हणजे या बाबतीत दुसरे काही मत आहे का ?

मी : होय. काहींच्या मते प्रकाश हा लहरींचा बनला आहे. आपण 'लहरी' स्वरूप लक्षात घेऊन अधिक माहिती मिळवू. प्रकाशनिर्मिती, ही मुख्यत: उष्णतेमुळेच होते. सूर्य व तारे यामध्ये प्रचंड उष्णता निर्माण होत असते. विजेच्या दिव्यांतील तार तापल्यानेच प्रकाश मिळू शकतो.

अंजू : सिनेमा पाहण्यासाठी फिल्म पडद्यावर टाकताना प्रकाशासाठी कोणते दिवे वापरतात ?

समीर : ए ! सिनेमा थिएटरमधले दिवे घालवतात; फक्त पंखे चालू असतात. होय ना ?

मी : अंजूचे म्हणणे बरोबर आहे. त्यासाठी 'आर्क लॅम्प' वापरतात. त्यातसुद्धा कार्बनचे कण तप्त झाल्याने, प्रखर प्रकाश मिळतो. तुम्ही पाहिले आहे. स्टोव्ह चांगला पेटला असला तर त्याच्या ज्वाळा निळसर असतात; पण नीट पेटला नसेल तर त्या पिवळ्या असतात. त्याचे कारण कार्बन कणांचे अपूर्ण ज्वलन होते; ते तप्त होतात. मेणबत्ती–समई–निरांजन ही सर्व कार्बनच्या अपूर्ण ज्वलनाची उदाहरणे आहेत. प्रकाश कार्बन कणांच्या अपूर्ण ज्वलनाने मिळतो.

समीर : तिथे कार्बन कोठून येतो ?

अंजू : स्टोव्ह, समई, निरांजन यात स्निग्ध तेल जाळले जाते, तेलात कार्बन असला पाहिजे.

मी : तेलात कार्बन नसतो; पण तो तेलाच्या रेणूंचा एक घटक आहे. रस्त्याच्या दोन्ही बाजूला प्रकाश मिळण्यासाठी 'ट्यूब' बसवलेल्या असतात. त्या म्हणजे मर्क्युरी व्हेपरलॅम्प, निऑनचे दिवे यामध्ये विशिष्ट वायू कमी दाबाने भरतात व त्यामधून वीज प्रवाह पाठवला की त्यांच्यापासून प्रकाश मिळतो. यांचे तापमान खूपच कमी असल्याने यांना थंड उगमस्थाने म्हणतात. चंद्रदेखील थंड उगमस्थानांमध्ये आहे; कारण वेगळे.

अंजू : आपल्याला प्रकाश दिसू शकतो का ?

मी : प्रकाश दिसत नाही पण त्याच्या लहरी आपल्या डोळ्यांत शिरतात. संवेदना निर्माण करतात व त्यांचा परिणाम होऊन आपण ती वस्तू पाहू शकतो.

समीर : प्रकाशलहरी सर्व पदार्थांतून जातात का ? कारण आपल्याला काचेतून बाहेरचे दिसते पण भिंतीमागील किंवा बंद दारापलीकडील दिसत नाही.

मी : काच, पाणी, हवा इ. मधून या जाऊ शकतात. या पदार्थांना आपण 'पारदर्शक पदार्थ' म्हणतो व ह्या सरळ रेषेतच प्रवास करतात.

प्रयोग

तावदानाची ६ इंच चौरस काच घ्या. तेवढ्याच आकाराचा काळा कागद घ्या व एक चिरमुरी कागद पण घ्या. दिवा लावा. त्याच्यासमोर काच धरली असता काचेतून दिव्याचा प्रकाश येतो. काचेमधून आपण पलीकडील पाहू शकतो. आता काचेवर पांढरा (चिरमुरी) कागद ठेवून पाहिले असता, दिव्याचा प्रकाश अर्धवट दिसतो, तर काळ्या कागदामुळे तर दिवा दिसतच नाही. यावरून काळा कागद अपारदर्शक, तर पातळ कागद निम्नपारदर्शक आहे हे लक्षात येईल.

प्रकाश सरळ रेषेत प्रवास करतो

एक बॅटरी घ्या व तिच्या प्रकाश झोताकडे पहा. प्रकाश सरळ रेषेत गेलेला आढळेल.

घरात येणाऱ्या सूर्याचा कवडसा पहा. त्याचा मार्गही सरळरेषेचा दिसेल. प्रकाशकिरणांच्या मार्गात येणाऱ्या धूलिकणांमुळे किंवा धुराच्या कणांमुळे प्रकाशाचा मार्ग दिसू लागतो; कारण प्रकाशामुळे ते धुळीचे, धुराचे कण प्रकाशित होतात.

तुम्ही सकाळी (अथवा संध्याकाळी) ढगातून येणारे प्रकाशकिरण पाहिले, तर तुम्हाला सूर्याची किरणे सरळ रेषेत येतात असे दिसून येईल.

अंजू : मी पाहिली आहेत; पण ती अगदी सरळ नसतात. अशी पसरलेली म्हणजे खाली लहान अशी दिसतात.

मी : *त्याला सूर्यकिरणसमूह (Beam of Light) असे आपण म्हणू. जेव्हा एका बिंदूपासून प्रकाश निघतो तेव्हा, पुढे पुढे जाताना किरण पसरट होत जातात.*

बॅटरीच्या काचेवर मध्ये बारीक छिद्र पाडून, त्यामधून येणारा प्रकाश किरण पहा – एकजिनसी माध्यमातून जाताना प्रकाशकिरण सरळरेषेत प्रवास करतात. प्रकाशकिरण याच्याऐवजी आता आपण नुसता ‘ किरण ’ शब्द वापरू व अनेक किरण–किरण समूह ज्याला इंग्रजीत (Beam of Light) म्हणतात, त्याऐवजी ‘ किरण शलाका ’ असा शब्द वापरतात. ह्यात तीन प्रकार येतात. ते एकमेकांना – १) समांतर २) एकत्रित येणारे व ३) परस्परांपासून दूर जाणारे असतात. सूर्यकिरण हे बॅटरीच्या छिद्रातून निघणाऱ्या किरणांसारखेच आहेत. पण सूर्य हा आपल्यापासून प्रचंड अंतरावर असल्याने ते समांतर रेषेत येतात असे समजायला हरकत नाही.

समीर : याचा प्रत्यक्ष उपयोग दाखवणारे एखादे साधन आपल्याला करता येईल का ?

मी : का नाही ? एक लांबट आकाराची पुठ्ठ्याची पेटी घ्या. त्याच्या एका बाजूला मधोमध लहानसे छिद्र पाडा व त्याच्या विरुद्ध बाजूचा पुठ्ठा काढून तिथे तेलकट कागद लावा. आता अंधार करा व छिद्राच्या समोर पेटवलेली मेणबत्ती ठेवली तर तिची प्रतिमा तेलकट कागदावर दिसते.

अंजू : अहो, पण ती उलटी दिसते ना. ते का ?

मी : मेणबत्तीच्या वरच्या टोकापासून निघालेली किरण शलाका छिद्रातून सरळ रेषेत जाते व

पडद्यावर खाली या ठिकाणी पडते. खालच्यापासून निघालेली वरच्या ठिकाणी पडते. म्हणून ज्योत पडद्यावर उलटी दिसते. छिद्र लहान असले तर प्रतिमा स्पष्ट व रेखीव असते. छिद्र मोठे असेल तर थोडी अस्पष्ट होते.

समीर : हे मात्र खरे आहे. रात्री भिंतीजवळ आपला हात धरला तर हाताची प्रतिमा भिंतीवर काळी व स्पष्ट-रेखीव दिसते. भिंतीपासून हात दूरवर धरला तर ती अस्पष्ट होते.

अंजू : आपण आरशासमोर उभे राहिलो, तर आपली आरशांत प्रतिमा दिसते. पण ती उलटी म्हणजे उजवा हात डावीकडे व डावा हात उजवीकडे, अशी दिसते. असे का ?

मी : आरशातली प्रतिमा ही फक्त दिसते. सूचिछिद्र कॅमेऱ्यातील प्रतिमा पडद्यावर घेता येते. हा दोन्हीतला फरक आहे. आरशातल्या प्रतिमेबद्दल जरा वेळाने विचार करू. पडद्यावर घेता येते तिला ‘ खरी ’ प्रतिमा व आरशातील प्रतिमेला ‘ भ्रामक ’ प्रतिमा असे शास्त्रीय भाषेत नाव आहे. समीर, तू मघाशी तुझ्या हाताची भिंतीवर प्रतिमा पडते असे म्हणालास. त्याला आपण प्रतिमा म्हणत नाही, ‘ सावली ’ म्हणतो.

अंजू : पण सावली का पडते ?

मी : आपल्या हातामधून प्रकाशकिरण जाऊ शकत नाहीत. तो अपारदर्शक आहे. त्यामुळे हाताचा प्रकाश किरणांना अडथळा होतो व भिंतीचा तेवढा भाग अप्रकाशित राहतो म्हणून सावली पडते. उन्हातून जाताना आपली सावली पडते, ती ज्या दिशेने प्रकाश किरण येतात, त्याच्या विरुद्ध बाजूला पडते हे तुमच्या लक्षात आले आहे का ?

अंजू : हो, चांदण्यात किंवा खांबावरच्या दिव्यामुळे देखील आपली सावली (छाया) पडते. तीपण विरुद्ध दिशेलाच असते; पण तिची लांबी का बदलते ?

मी : छायेची लांबी तुमच्यावर पडणारे प्रकाश किरण किती अंतरावरून येतात व ते जमिनीपासून किती उंचावर आहेत, यावर अवलंबून असते. सकाळी किंवा संध्याकाळी सावली पुष्कळ लांब पडते; पण सूर्य वर येऊ लागला की, ती कमी होत जाते व मध्यान्ही ती आपल्या पायाखाली व आखूड असते. तीच गोष्ट दिव्यामुळे पडणाऱ्या सावलीची दिव्याजवळ तुम्ही असताना ती आखूड, लहान असते; पण दूर जाऊ लागला की, तिची लांबी वाढते. प्रकाश किरण लहानशा केंद्रापासून येत असतील तर, सावली स्पष्ट व काळी असते. केंद्र मोठे असेल तर फरक पडतो.

अंजू : ते कसे काय ?

एक छिद्र असलेला काळा कागद दिव्यासमोर लावा. समोर पांढरा पडदा असू द्या. मध्ये हा अपारदर्शक गोल दोऱ्याच्या साह्याने लोंबत सोडा. त्याची सावली पडद्यावर पडेल. तिच्याकडे पाहिल्यावर ती वर्तुळाकार आहे, रेखीव व काळी आहे हे लक्षात येईल.

समीर : आणि मोठा दिवा वापरला तर काळी दिसणार नाही ?

मी : काही भाग गडद काळा व काही भाग अंधूक काळा असतो. वरील प्रयोग मोठा दिवा वापरून

केल्यास- यामध्ये मधला भाग गडद काळा व त्याच्याभोवती अंधूक काळा असतो.

अंजू : असे का होते ?

मी : कारण गडद काळ्या भागात दिव्याच्या खालून, वरून किंवा दुसरीकडून प्रकाश किरण पोहचत नाहीत. याच्या अंधूक काळ्या उलट भागात खालचे किरण पोहचत नाहीत पण दिव्याच्या वरील भागाकडून येणारे किरण असतात. त्यामुळे हा भाग अंधूक राहतो. वरील दोन्ही प्रयोगात पडदा मागे सरकवला असता काय फरक होतो तो पहा.

तुम्ही सूर्यग्रहण पाहिले का ? सूर्यग्रहण किंवा चंद्रग्रहण कसे व का होते याचा आपण विचार करूया (आकृती क्र. ८ व ९ पहा).

चंद्र पृथ्वीभोवती प्रदक्षिणा घालतो. पौर्णिमेला सूर्य व चंद्र परस्पर विरुद्ध दिशेला असतात, तर अमावस्येला दोघेही पृथ्वीच्या एकाच बाजूला असतात. अमावस्येला जर (सूर्य किरणामुळे पडणारी) चंद्राची सावली पृथ्वीवर पडली, तर जेवढ्या भागावर ती 'काळी' पडेल त्या भागातील लोकांना खग्रास सूर्यग्रहण पहायला मिळेल आणि अंधूक भागात अपूर्ण ग्रहण दिसेल.

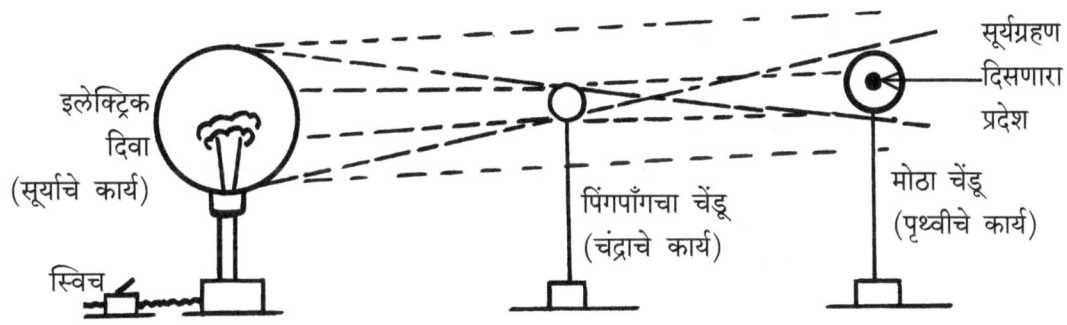

आकृती क्र. ८ : सूर्यग्रहणाची स्थिती

तीच गोष्ट पौर्णिमेला चंद्रग्रहणाच्या बाबतीत होते. यावेळी पृथ्वीच्या सावलीत चंद्र येतो व चंद्रग्रहण होते. चंद्राचा पूर्ण भाग काळ्या छायेत असेल तर खग्रास चंद्रग्रहण दिसते, नाही तर अपूर्ण ग्रहण दिसते.

समीर : म्हणजे राहू, केतू चंद्र-सूर्यांना ग्रासतात असे म्हणतात, ते बरोबर नाही तर!

अंजू : बरं, सावलीचा आणखी एखादा उपयोग आहे का ?

मी : हो ना, पूर्वी जेव्हा घड्याळे नव्हती तेव्हा सावलीवरून वेळ कळावी अशा प्रकारची घड्याळे असत. त्यांना (Sun dial) सूर्यतबकडी असे नाव आहे. दिल्लीमध्ये 'जंतर मंतर' नावाचे एक ठिकाण आहे, तेथे ही पहावयास मिळते.

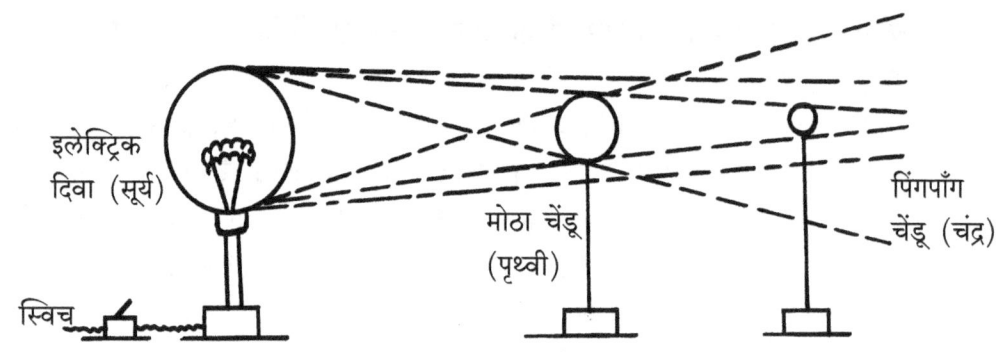

इलेक्ट्रिक
दिवा (सूर्य)

मोठा चेंडू
(पृथ्वी)

पिंगपाँग
चेंडू (चंद्र)

स्विच

आकृती क्र. ९ : चंद्रग्रहणाची स्थिती

समीर : सावलीवरून वेळ ? ते कसे काय ?

मी : सूर्य अनंत अंतरावर असल्यामुळे, जरी त्याचे किरण एका बिंदूपासून निघत असले तरी, ते एकमेकांना समांतर असतात असे मानायला हरकत नाही.

अंजू : म्हणजे याशिवाय आणखी दुसऱ्या प्रकारचे किरण असतात का ?

मी : हो! काही किरण एकमेकांना मिळण्यासाठी एका बिंदूकडे वळतात, त्यांना Convergent ' अभिगामी ' किरण म्हणतात; तर दुसरे एकमेकांपासून दूर जातात त्यांना Divergent ' अपसारी ' किरण असे नाव आहे. आपण मुख्यत: समांतर किरणांचा विचार करू या.

समीर : का हो, सूर्य अनंत अंतरावर आहे असे म्हटल्यावर त्याच्यापासून निघालेले किरण पृथ्वीपर्यंत येण्यास किती वेळ लागतो ? का विजेचे बटण दाबल्याबरोबर दिवा लागतो-तसे एकदम येतात ?

मी : नाही. प्रकाशाचा वेग दर सेकंदाला ३००,००० किलोमीटर किंवा १,८६,००० मैल असल्याने, सूर्यापासून पृथ्वीवर पोहचायला त्याला ८ मिनिटे लागतात. अर्थात, हा सर्व प्रवास पोकळीतून व ७५० कि. मी. हवेतून होतो. वाटेत माध्यम बदलले तर त्याचा वेग कमी होतो.

समीर : आता लक्षात आले. वीज लक्कन चकाकते व जरा वेळाने गडगडाट ऐकू येतो. म्हणजे ध्वनीचा वेग कमी असला पाहिजे, नक्कीच!

अंजू : आणि आम्ही लकडी पुलावरून जाताना धोबी कपडे धुताना पाहतो. कपडे आपटलेले दिसल्यानंतर त्याचा आवाज ऐकू येतो.

मी : बरोबर! तुमची निरीक्षणशक्ती चांगली आहे. दिवाळीत सुद्धा फटाका-ॲटमबॉम्ब पेटलेला दिसतो, ठिणग्या दिसतात व मग आवाज ऐकू येतो; हे सांगायचे विसरलात. तर मुद्दा काय की एवढी प्रचंड अंतरे कि. मी. किंवा मैलांमध्ये न सांगता मिनिट, तास यात सांगण्याची पद्धत अधिक सोयीची आहे; कारण तारे आणखी दूर असल्याने त्यांची अंतरे आकड्यांत सांगताना शून्याची संख्या बरीच वाढेल व ते वाचणे अवघड जाईल. सर्वात जवळचा तारा

पृथ्वीपासून ४ प्रकाश वर्षे अंतरावर आहे. अंतरे मोजण्याचे, प्रकाशवर्ष हे एक परिमाण आहे.

अपारदर्शक वस्तूंवर प्रकाश किरण पडले तर ते अडवले जातात. त्यांच्यामध्ये काय बदल घडतो, ते आपण पाहू. अपारदर्शक वस्तूंचे दोन भाग करता येतात. पृष्ठभागाचा गुळगुळीतपणा किंवा खडबडीतपणा यावर प्रकाश किरणांची प्रतिक्रिया अवलंबून असते. प्रथम आपण गुळगुळीत (Smooth) पृष्ठभागाचा विचार करू. गुळगुळीत पृष्ठभागातही सपाट, अंतर्गोल व बहिर्गोल पृष्ठभाग असतात.

समीर : आरसा हा गुळगुळीत पृष्ठभाग असलेला पदार्थ नाही का ? पण आम्ही एका ठिकाणी गमतीदार आरसे पाहिले. एकात आम्ही अगदी बारीक तर दुसऱ्यात वेगळेच दिसत होतो.

मी : बरोबर, तुम्ही पाहिलेले वेगळे आरसे सपाट प्रकारचे नव्हते. आरशावर पडलेला किरण परत फिरतो. आरशावर उन्हाचा कवडसा पडू द्या. बघा तो परत फिरतो किंवा नाही. आरसा फिरवला की, प्रकाशकिरणही फिरताना दिसेल. आरशाप्रमाणेच काच (तावदानाची), कागद हेही, गुळगुळीत पृष्ठभागाचे पदार्थ आहेत.

तावदानाच्या काचेवर प्रकाश पडला तर त्यातील काही भाग काचेतून पलीकडे जातो व काही परत फिरतो. उन्हाचा कवडसा काचेवर पाडला असता, हे दिसेल ; पण कागदावर प्रकाशकिरण पडले, तर कवडसा दिसणार नाही ; पण त्याच्यावरील किरण पसरल्यामुळे खोलीत प्रकाश, उजेड वाढलेला दिसेल (आकृती क्र. १० पहा).

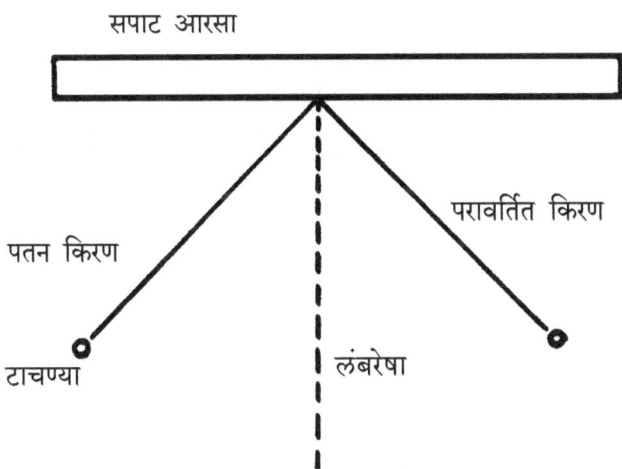

आकृती क्र. १० : प्रकाशाचे परावर्तन (अ)

अंजू : प्रकाशाच्या परत फिरणाऱ्या किरणांवर काही नियम, बंधन असते का ?

मी : हो ना. शेजारची आकृती पहा. आरशावर किरण पडल्यावर, तो परत फिरतो. त्याची परत फिरण्याची दिशा ठरवताना आरशाच्या पृष्ठभागाशी काटकोन करणारी रेषा काढली तर पतन कोन आणि परावर्तन कोन हे समान असतात व पडलेला किरण आणि परत फिरलेला किरण, हे त्या काटकोन करणाऱ्या रेषेच्या परस्पर विरुद्ध असतात. याला काही विशिष्ट शब्द वापरतात.

पतन किरण, परावर्तित किरण, स्तंभिका, परावर्तन.

नियम

१. सपाट आरशामुळे किंवा अत्यंत गुळगुळीत पृष्ठभागावरून प्रकाशाचे परावर्तन होते. त्यामुळे पतन कोन नेहमी परावर्तन कोनाएवढा असतो.

२. पतन किरण, परावर्तित किरण व स्तंभिका एकाच पातळीत असतात.

३. पतन किरण व परावर्तित किरण स्तंभिकेच्या परस्परविरुद्ध अंगास असतात.

अंजू : आणि आरशावर पडणारा किरण लंबरूप असला तर त्याच मार्गाने परत फिरतो का ?

समीर : तुला कसे कळले ?

अंजू : स्तंभिका व पतन किरण एकच नाहीत का ? त्यांच्यामध्ये 0° चा कोन. मग परावर्तन कोन पण 0° चा नाही का होणार ? म्हणून मी म्हटले की, किरण त्याच मार्गाने परत फिरतो.

समीर : आणखी एक गंमत आरशाची आहे. आपण आरशासमोर उभे राहिलो की, आपली प्रतिमा पण उभी. बसलो की ती बसते. आरशाजवळ जाऊ लागलो की, ती पण जवळ येऊ लागते व मागे सरकलो की, ती पण मागे सरकते असे का ?

मी : यासाठी आरशात प्रतिमा कशी, कोठे व किती अंतरावर असते, हे तुम्हाला माहिती पाहिजे.

अंजू : हो. ती आरशात असते. आरशापासून आमचे साधारण जेवढे अंतर असते तेवढ्या अंतरावर असते व ती आमच्या सारखीच म्हणजे बसवलेली, उभी असते. मात्र, आमचा डावा हात आरशात उजवीकडे दिसतो.

मी : वा ! बरेच निरीक्षण आहे तुझे !

आता आपण एका टाचणीची आरशातील प्रतिमा पाहू व तिच्यावरून आपल्याला बऱ्याच गोष्टी मिळतील.

प्रथम एक गोष्ट लक्षात ठेवायची. ती म्हणजे प्रतिमा मिळण्यासाठी त्या वस्तूपासून निघालेले सर्व किरण परावर्तन होऊन प्रत्यक्ष किंवा अप्रत्यक्ष मिळाले तरच प्रतिमा मिळते.

अंजू : अप्रत्यक्ष म्हणजे काय ?

मी : प्रत्यक्ष मिळत नसतील तर, जरूर तर त्यांची दिशा, मागे वाढवली असता मिळाले, तर अप्रत्यक्ष असा अर्थ आहे. सूचिछिद्र प्रतिमा ग्राहकांत सर्व किरण तेलकट कागदावर मिळाले होते, ते प्रत्यक्ष रीतीने. (प्रतिमा मिळण्यासाठी कमीत कमी दोन किरण घ्यावे लागतात.)

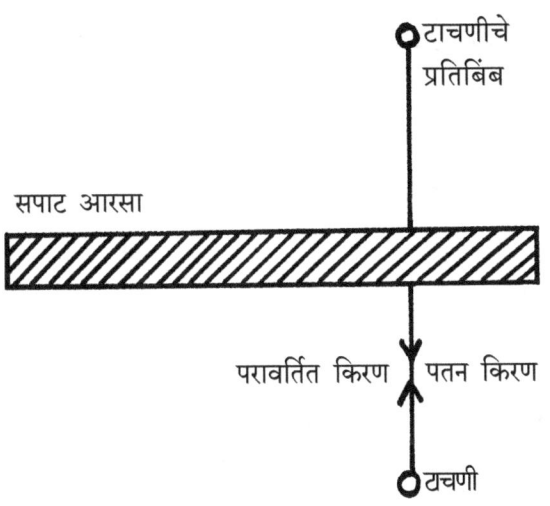

आकृती क्र. ११ : प्रकाशाचे परावर्तन (ब)

वरील आकृतीत (आकृती क्र. ११) आरसा टाचणीपासून निघालेला प्रकाशकिरण परावर्तन होऊन परत जातो. आरशाशी काटकोन करतो; म्हणून त्याच मार्गाने परत जातो. मागे प्रकाश किरण वाढवला; तर टाचणीची आरशात तितकीच प्रतिमा दिसते. परावर्तित किरण प्रत्यक्ष मिळत नसल्याने प्रतिमा खरी नसून भ्रामक आहे. दुसरे असे की खरी प्रतिमा नेहमी उलटी असते. पदार्थ आरशापुढे जितक्या अंतरावर असतो, तेवढ्याच अंतरावर प्रतिमा आरशाच्या मागे असते व तेवढ्याच उंचीची असते.

अंजू : मी विचारलेल्या शंकांचे मला उत्तर मिळाले.

मी : आरशापासून प्रकाशाचे परावर्तन होते याचा उपयोग पुष्कळ ठिकाणी केला आहे. आणखी एक गंमत म्हणजे एकापेक्षा अधिक आरसे वापरले तर पुष्कळ प्रतिमा मिळतात.

अंजू : ते कसे काय ?

मी : पहा ना. दोन आरसे घेऊन ते एकमेकांशी कोन करून ठेवूया व वरील पद्धतीने काटकोन करणारे किरण घेऊन आरशापासून जेवढ्या अंतरावर वस्तू असेल तेवढ्या अंतरावर आरशामागे किती प्रतिमा मिळतात ते पाहू.
आकृतीमध्ये दोन आरसे, त्यांच्यामध्ये टाचणी ठेवली. टाचणीच्या किती प्रतिमा मिळतात ते पहा. आरशातल्या मूळ प्रतिमांचा उपयोग पहा. अशा रीतीने प्रतिमांच्या ' प्रतिमा ' मिळतात. यांना ' गुणित ' प्रतिमा असे नाव आहे. यासंबंधी नियम असा आहे.

(आकृती क्र. १२ पहा).

दोन आरशांमध्ये जर 'अ' अंशाचा कोन असेल तर प्रतिमांची संख्या : $\dfrac{३६०^०}{अ} - १.$

समीर : म्हणजे काटकोन करून आरसे ठेवले तर $\dfrac{३६०}{९०} - १ = ४ - १ = ३$ प्रतिमा व ६०°चा असेल तर $\dfrac{३६०}{६०} - १ = ६ - १ = ५$ प्रतिमा मिळतात. हो ना ? आता लक्षात आले पण याचा उपयोग काय ?

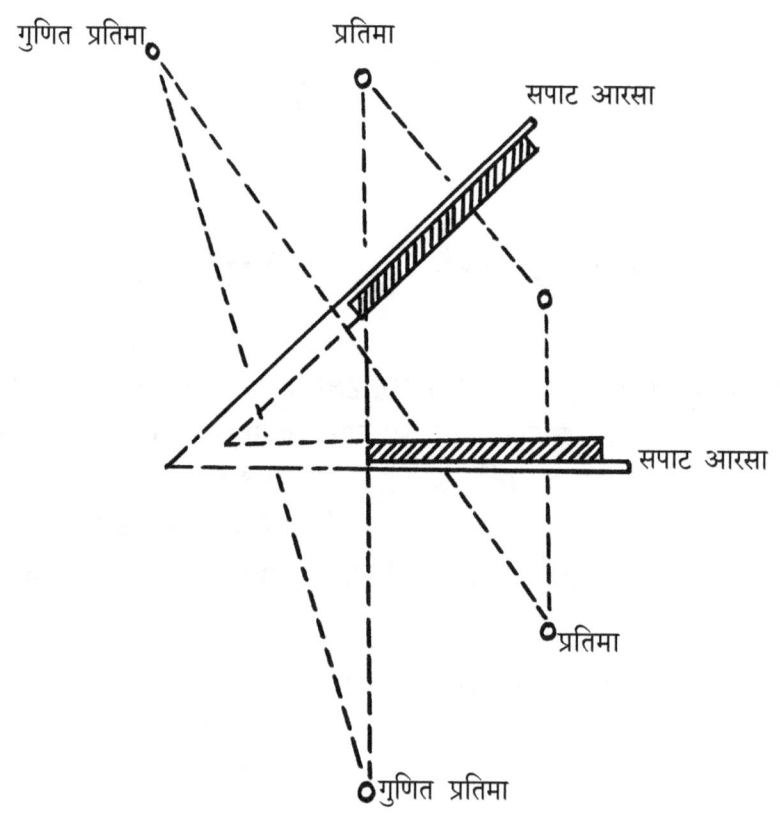

आकृती क्र. १२ : *गुणित प्रतिमेची निर्मिती*

मी : याचा उपयोग करून खेळणी तयार करतात. ६०° चा कोन करून तीन आरसे (काचा) एकमेकांना जोडतात. त्यांच्यामधील जागेत रंगीत काचेचे तुकडे ठेवल्यास त्यांच्या प्रतिमा-गुणित प्रतिमांमुळे मनोहर रचना आकृती (Designs) तयार होतात व रंगीत काचा हलवल्या तर रचना बदलतात. यास गुणित-प्रतिमा-दर्शक (शोभा दर्शक) असे नाव आहे.

अंजू : गुळगुळीत पृष्ठभागावरील परावर्तनाची माहिती आम्हाला समजली. आता काच, कागद यावरील परावर्तनाबद्दल आणखी सांगा.

मी : कागदाचा पृष्ठभाग हाताला गुळगुळीत वाटला तरी प्रत्यक्ष पूर्णपणे एकाच पातळीत नसतो.

त्यामुळे त्याच्यावर पडलेल्या किरणांचे अनियमित परावर्तन होते व प्रकाशकिरण सर्व दिशांना पाठवले जातात. खोलीच्या मध्यभागी जमिनीवर एक कागदाचा तुकडा, काच व आरसा ठेवला असता, खोलीत शिरल्यावर कागदाचा तुकडा आपल्याला प्रथम दिसतो कारण त्याच्यावर पडणारा प्रकाश सर्व बाजूला परावर्तित केला जातो हे होय.

अंजू : आरशाप्रमाणेच चकचकीत पृष्ठभागावरून प्रकाशकिरण परावर्तित होतात का ?

मी : होय. चकचकीत पृष्ठभागाकडे पाहिले असता त्याच्यातही आरशाप्रमाणेच आपली प्रतिमा दिसू शकते.

अंजू : मला असे विचारायचे आहे- पदार्थ दिसण्यासाठी सूर्यकिरणांची आवश्यकता आहे. परावर्तनाने आपण पदार्थ पाहू शकतो असे तुम्ही म्हणालात; पण आपल्या घरांत जेथे सूर्य प्रकाश-किरण येत नाहीत तेथे तर आपण पाहू शकतो. ते कसे शक्य असते ?

मी : योग्य प्रश्न. वातावरणातील असंख्य धूलिकणांवर सूर्यकिरण पडतात व ते सर्व बाजूस पसरतात आणि त्यामुळे आसपासचा भाग प्रकाशमान होतो. हे अनियमित परावर्तन आहे. याला 'विकिरण' (Scattering) असे नाव आहे. याचमुळे आपल्याला सावलीत बसून वाचता येते.

पृथ्वीभोवती वायूचे आवरण नसते तर त्यात धूलिकणही नसतात मग विकिरण कोठून होणार ?

समीर : वक्र पृष्ठभागीय आरशासंबंधी -त्यांचे परावर्तनाचे नियम काय हे सांगा ना.

मी : परावर्तनाचे नियम तेच आहेत म्हणजे त्यातही पतनकिरण परावर्तित किरण हे असतातच! फक्त स्तंभिका कशी काढायची ही माहिती झाली की सर्व सोपे. गोलाकृतीचे ३ प्रकार- १) खोलगट भागाकडून परावर्तन करणारे (Concave) २) फुगीर भागाकडून परावर्तन करणारे (Convex) ३) लंब करणारे, या तिसऱ्या व पहिल्या प्रकारांत मोटारीच्या दिव्यामागे बसवलेले चकचकीत पृष्ठभाग येतात.

दोन्ही आरसे गोलाकृती (Spherical) जणू काही एखाद्या गोलाकृतीचे कापून काढलेले तुकडेच! फरक इतकाच की, एक गोलाच्या बाहेरील भागाकडून तर दुसरा आतील भागाकडून चकचकीत, याला ' अंतर्वक्र ' व ' बहिर्वक्र ' असेही नाव आहे.

ज्या गोलाचा हा भाग असतो, त्याच्या मध्यबिंदू व आरशावरील जोडणारी कोणतीही रेषा आरशाच्या पृष्ठभागांशी काटकोन करते. ती त्या बिंदूची स्तंभिका समजायची. आरशापासून निरनिराळ्या अंतरावर पदार्थ ठेवले तर त्यांची प्रतिमा पण वेगवेगळी मिळते.

प्रथम आपण अंतर्वक्र आरशाची माहिती घेऊ या.

सूर्याचे किरण एकमेकांना समांतर असतात. हे या आरशावर पडले तर त्यांचे परावर्तन कसे होते ? पतनकिरण, स्तंभिका, गोलाचा मध्यबिंदू, हे आकृतीवरून लक्षात येईल. सर्व पतनकिरण परावर्तन होऊन एकाच बिंदूत मिळतात. याला नाभी (Focus) असे नाव आहे. हा बिंदू आरसा व

गोलाचा मध्य यांच्या बरोबर मध्यावर असतो.

यावरून आपल्याला दोन नियम समजले– १) गोलाची त्रिज्या ही स्तंभिका असल्याने तेथील पतनकिरण त्याच मार्गाने परावर्तित होतात. २) समांतर पतनकिरण परावर्तित होऊन नाभीमधून जातात.

आता आपण पदार्थ आरशाजवळ ठेवू या. (आकृती क्र. १३ पहा).

मेणबत्ती, केंद्र, वर्तुळमध्य, समांतर किरण, परावर्तित किरण, दुसरा किरण, स्तंभिका म्हणून परावर्तित किरण हे आरशाच्या पुढे एकमेकांना मिळत नाहीत. मागे वाढवले असता मिळतात.

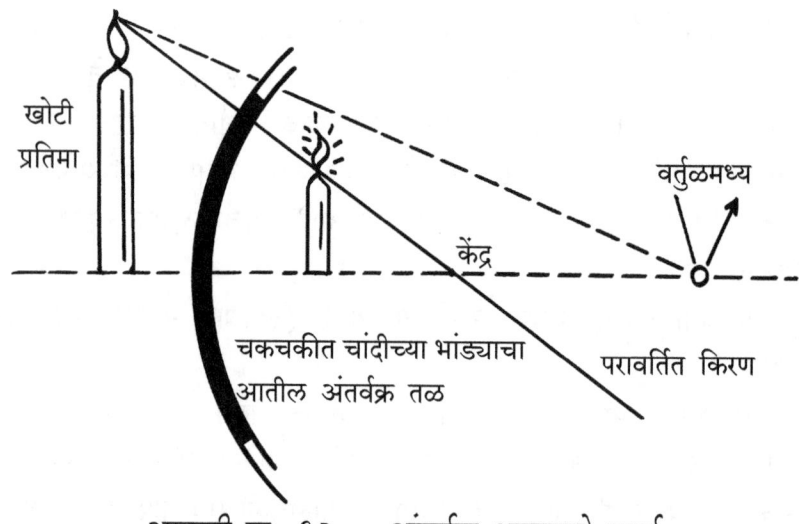

आकृती क्र. १३ : अंतर्वक्र आरशाचे कार्य

मेणबत्तीपासून निघणारे सर्व किरण वाढवले असता प्रतिमा मिळते, ती उभी, भ्रामक व आरशाच्या मागे असते.

अंजू : म्हणजे साध्या आरशाप्रमाणेच! पण हिचा आकार मोठा दिसतो नाही.

मी : होय.

आता आरशाच्या केंद्रावर मेणबत्ती ठेवून काय होते ते पाहू.

अंतर्वक्र व बहिर्वक्र आरशांच्या पृष्ठभागापासून परावर्तन

हे पाहण्यापूर्वी आपल्याला काही शब्द, कल्पना लक्षात ठेवल्या पाहिजेत.

हे आरसे म्हणजे जणू एखाद्या गोलाचा उभा छेद घेऊन बनलेले असतात.

खोलगट पृष्ठभाग असलेला आरसा. याच्या आतील भाग चकचकीत असेल तर अंतर्वक्र व फुगीर भाग चकचकीत असला तर बहिर्वक्र असे नाव आहे. या गोलाचा मध्यबिंदू व वक्रताकेंद्र यांना जोडणारी रेषा म्हणजे मुख्य अक्ष, आरशाच्या मध्यबिंदूस ध्रुव (Pole) असे नाव आहे. आरशावरील कोणताही बिंदू केंद्राला जोडणारी रेषा त्या ठिकाणची ' स्तंभिका ' असते. मुख्य अक्षाला समांतर असलेले किरण आरशावर पडले की ते परावर्तन होऊन एका बिंदूत मिळतात. त्याला ' नाभी ' असे नाव आहे. हा बिंदू, केंद्र व ध्रुव यांच्या बरोबर मध्यावर असतो.

परावर्तनाचे नियम

मुख्य अक्षाला समांतर किरण परावर्तन होऊन नाभीमधून जातात. या उलट, नाभीमधून जाणारे किरण परावर्तन होऊन मुख्य अक्षाला समांतर जातात. म्हणजेच प्रकाश किरणांचा मार्ग उलट केल्यास, ते त्याच मार्गाने उलट दिशेने जातात.

अंजू : सूर्यापासून येणारे किरण समांतर असतात. नाही का ? मग ते या आरशावर पडले तर ते नाभीवर एकत्र येणारे- म्हणजे सूर्याची प्रतिमा नाभीवर पडेल ?

मी : अगदी बरोबर. अलीकडे सूर्य किरणांपासून उष्णता मिळवण्यासाठी अशाच खोल चकचकीत पृष्ठभागांचा उपयोग करून घेण्याचा प्रयत्न चालू आहे.

समीर : या आरशातही प्रतिमा मिळते का ? पदार्थ आरशासमोर जवळ ठेवला तर प्रतिमा आरशाच्या मागे असते का ?

पदार्थ आरसा व नाभी यांच्यामध्ये ठेवला, पदार्थापासून निघणारे दोन किरण घेतले. एक मुख्य अक्षाला समांतर असलेला परावर्तन होऊन नाभीमधून जाईल. दुसरा केंद्रामधून जाणारा तो त्याच मार्गाने परावर्तित होईल. (तो स्तंभिका आहे). हे दोन्ही किरण आरशासमोर मिळत नाहीत. मागे वाढवले तर मिळतात. प्रतिमा आरशामागे मोठी, उभी व भ्रामक पदार्थांची.

अंजू : या आरशामुळे मिळणाऱ्या प्रतिमा मोठ्या असतात ?

मी : असा नियम नाही. आता आपण दुसऱ्या ठिकाणी पदार्थ ठेवून प्रतिमा कशी पडते ते पाहू. पदार्थ नाभीवरच ठेवू.

नाभीवर पदार्थ ठेवला तर त्यापासून निघालेले किरण परावर्तित होऊन एकमेकांना समांतर असतात. त्यामुळे त्याची प्रतिमा मिळत नाही. समजा जर त्या ठिकाणी विजेचा बल्ब बसवला तर त्याच्या परावर्तित किरणांचा प्रकाशझोत पडेल. याचा उपयोग परावर्तकासाठी (Reflector) करतात. आरसा मोठा घेतला तर परावर्तित किरण तितकेसे समांतर राहत नाहीत. थोडे पसरतात; म्हणून अंतर्गोल आरशाऐवजी लंबवर्तुळाकार असे दिवे मोटारीसाठी वापरतात.

मोटारच्या दिव्यांचा प्रकाशझोत मिळण्यासाठी दिवा अंतर्गोल आरशाच्या नाभीजवळ ठेवतात. त्यामुळे प्रकाशकिरण परावर्तित होऊन एकमेकांना समांतर असे फेकले जातात.

समीर : पदार्थ नाभी वक्रता केंद्रा (Centre of Curvature) च्या ठिकाणी ठेवला तर.

मी : आता तुम्हाला तो पदार्थ आरशापासून दूर– १) नाभी व वक्रता केंद्र यांच्यामध्ये २) वक्रता केंद्रावर व ३) वक्रता केंद्रापलीकडे ठेवला तर त्याची प्रतिमा कशी मिळते ते सांगतो. पदार्थ, नाभी, वक्रताकेंद्र, समांतर, किरण नाभीमधून जाणारा किरण, हे लक्षात घ्या. नियमाप्रमाणे मुख्य अक्षाला–समांतरकिरण परावर्तित होऊन नाभीमधून जाईल.

१) उलट नाभीमधून जाणारा किरण परावर्तित होऊन मुख्य अक्षाला समांतर जाईल. हे दोन्ही मिळतात, तिथे प्रतिमा तयार होते. ती उलटी व खरी असल्याने पडताळून पाहता येते. ती आरशापुढे व पदार्थांपेक्षा मोठी असते.

२) पदार्थ केंद्रावर ठेवला आहे. किरण परावर्तित होऊन नाभीमधून जातो. नाभी व वक्रता केंद्राला जोडणाऱ्या रेषेला समांतर जाणारा किरण आणि दुसरा परावर्तित किरण एकत्र मिळतात आणि प्रतिमा वक्रता केंद्राशी तयार होते. ती उलटी– मूळ पदार्थाएवढ्या उंचीची असते. खरी असल्याने पडद्यावर घेता येते.

३) वरीलप्रमाणे पदार्थापासून निर्माण होणारा किरण परावर्तित होऊन नाभीमधून जातो. दुसरा नाभी व वक्रता केंद्राला जोडणाऱ्या रेषेला समांतर जातो व प्रतिमा मिळते. ही उलटी, खरी व पदार्थांपेक्षा लहान असते. अंतर्गोल आरशामुळे दिसणाऱ्या पदार्थांच्या प्रतिमांचे अंतर, त्यांचे स्वरूप व पदार्थांचे आरशापासून अंतर खालीलप्रमाणे आढळते.

पदार्थाची जागा	प्रतिमा कोठे	प्रतिमेचा आकार	प्रतिमेचे स्वरूप
१. अनंत अंतरावर	नाभीवर	लहानशी	खरी, उलटी
२. वक्रता केंद्रापलीकडे	नाभी व केंद्र यांच्यामध्ये	लहान	,, ,,
३. वक्रता केंद्रावर	वक्रता केंद्रावर	तेवढीच	,, ,,
४. नाभी व वक्रता केंद्रामध्ये	वक्रता केंद्रा पलीकडे	मोठी	,, ,,
५. नाभी व आरसा यांच्यामध्ये	आरशाच्या मागे	,,	भ्रामक व सुलटी

बहिर्वक्र आरसे

नाभी, केंद्र वगैरे शब्द या आरशांच्या संदर्भातही योजतात. पहा, या आरशावर समांतर किरण पडले की त्यांचे परावर्तन कसे होते हे किरण परावर्तन होऊन जणूकाही नाभीकडून आल्यासारखे परत जातात. ते प्रत्यक्ष मिळत नाहीत, म्हणून प्रतिमा 'आभासी' – भ्रामक असते– मोटार वाहन चालकांना आपल्या मागून येणारी वाहने दिसावीत यासाठी याचा उपयोग केला जातो.

एक गंमत करून पहा. (आकृती क्र. १४).

चकचकीत पृष्ठभाग असलेला चमचा घ्या. त्याचा फुगीर भाग आपल्याकडे करून त्याच्याकडे

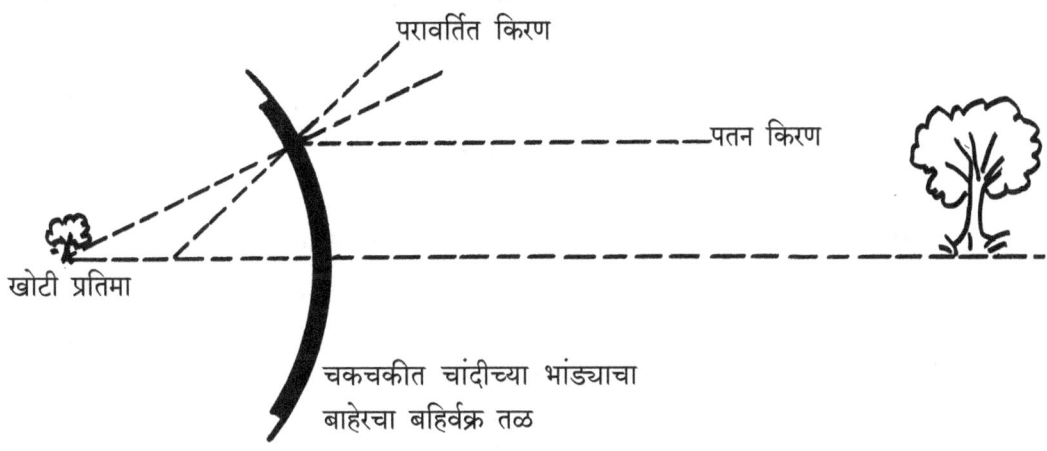

आकृती क्र. १४ : बहिर्वक्र आरशाचे कार्य

पहा. त्यात तुमची स्वतःची छोटी प्रतिमा दिसेल. चमचा समोर उभा धरल्यास ती लांबटसर दिसते. आता फुगीर भाग आडवा धरून तुमची प्रतिमा पहा. ती बुटकी व जाडसर दिसते.

आता चमच्याचा खोलगट भाग आपल्याकडे धरून पहा. यावेळी तुमची प्रतिमा लहान पण उलटी दिसेल. असे का बरे ?

प्रकाशाचे अपवर्तन

प्रत्यक्ष किरण एका माध्यमातून दुसऱ्या माध्यमात जाताना आपला मार्ग बदलतात. यालाच प्रकाशाचे अपसरण-वक्रीभवन- असे नाव आहे.

अंजू : पाण्यातून हवेत जाताना प्रकाशकिरण वळतात. त्याप्रमाणे हवेतून पाण्यात जाताना पण वळतात का ?

मी : अर्थातच. पहा पाऊण (३/४) इंच रुंद व ४ इंच लांबीचे जाड कागदाचे तुकडे घ्या व त्यांच्या वरच्या व खालच्या बाजूला जाड कागदाच्या पट्ट्या चिकटवून कागदाची जाळी तयार करा. जाळीच्या वरच्या व खालच्या कागदांना थोडी घडी घाला म्हणजे जाळी उभी राहील. उभ्या जाळीच्या एका बाजूला पाण्याने भरलेला ग्लास ठेवा व दुसऱ्या बाजूने बॅटरीचा प्रकाश-झोत टाका. प्रकाश-किरण जाळीमधून ग्लासमधील पाण्यात पडू द्या. पाण्यात थोडा साबणाचा द्रव किंवा खडूचे कण मिसळा. प्रकाश-झोताची दिशा किंचित खाली वळलेली राहू द्या. ग्लासमधील पाण्यात वळलेले प्रकाश-किरण दिसतील व पाण्यातून बाहेर पडतानाही त्यांचा मार्ग वळलेला दिसेल.

समीर : नुसत्या काचेतून प्रकाश-किरण वळतात हे आपल्याला पाहता येईल का ?

मी : या प्रयोगात प्रकाश-किरणांचा मार्ग दोन टाचण्या वापरून निश्चित करावयाचा असतो.

अंजू : दोन टाचण्या का ?

समीर : विसरलीस का ? दोन बिंदू जोडणारी एकच सरळ रेषा असते आणि प्रकाश किरण सरळ रेषेत जातात. हो ना-!

मी : अगदी बरोबर.

एक काचेची चीप घ्या. कागदावर ठेवून तिची आकृती कागदावर (पेन्सिलीने) काढा. आता तिच्या एका बाजूला दोन टाचण्या टोचा. आता विरुद्ध बाजूने कागदाच्या पातळीत पहा, म्हणजे टोचलेल्या टाचण्यांच्या प्रतिमा दिसतात. याच बाजूला या टाचण्यांच्या प्रतिमा व एक टाचणी एकाच सरळ रेषेत दिसेल तशीच एक टाचणी टोचा. टाचण्या काढून तेथे खुणा करा. काचेची चीप उचलून बाजूला करा. खुणा जोडा. प्रकाशाचा हवेतला मार्ग, काचेतला मार्ग पुन्हा हवेतला मार्ग, हे लक्षात येतील. खुणांच्या ठिकाणी चिपेशी काटकोन करणाऱ्या रेषा (स्तंभिका) काढल्या तर काचेत शिरताना प्रकाश स्तंभिकेकडे वळतो व बाहेर पडताना स्तंभिकेपासून दूर जातो हे लक्षात येईल. म्हणजेच विरळ माध्यमांतून घन माध्यमांत जाताना प्रकाशाचे वक्रीभवन होते.

समीर : या वक्रीभवनाला काही बंधन, म्हणजे किती होते, असा नियम आहे का ?

मी : होय, ते पदार्थावर अवलंबून असते. त्याचा वक्रीभवन दाखवणारा एक 'अंक' असतो. उदा. हिरा २.४२, अल्कोहोल १.३६, साधी काच १.५०, पाणी १.३३ इ. हे सर्व आकडे

हवासापेक्ष आहेत.

एकापेक्षा जास्त माध्यमांतून एकाच वेळी वक्रीभवन होते. उदा. पातळ काचेच्या भांड्यात पाणी घेतले तर टाचण्या वापरून त्यातून प्रकाश किरणांचा प्रवास आपल्याला काढता येतो. यात हवा, पाणी व काच अशी तीन माध्यमे वापरली आहेत. यातून जाताना प्रत्येक माध्यमात त्याचा मार्ग बदललेला आढळतो.

अंजू : आरशात जशी प्रतिमा दिसते तशी पाण्यातही दिसते. काचेत दिसते का ?

मी : होय - तुम्हाला माहिती आहेच की प्रतिमेसाठी दोन किरण मिळणे आवश्यक असते. काचेची चीप घ्या. तिच्याखाली टेबलावर एक काळा कागदाचा गोल छोटा तुकडा ठेवा. त्याच्यापासून निघालेला किरण वक्रीभवनाने वाकड्या मार्गाने जातो असे आढळेल पण चिपेशी काटकोन करणारा किरण त्याच मार्गाने पुढे जाईल.हे चिपेबाहेर एकमेकांना मिळत नाहीत; पण त्यांच्या दिशा (मागे) वाढवल्यास एका बिंदूमध्ये मिळतात, म्हणजे काळ्या गोल तुकड्याची प्रतिमा काचेच्या आत तयार होते. ही वर ‘ उचललेली ’ आढळते. प्रत्यक्ष चिपेच्या जाडीपेक्षा कमी अंतरावर प्रतिमा दिसते.

समीर : आता लक्षात आले- विहिरीची खोली कमी वाटते. त्याचं कारण काय ते ?

मी : अरे विहीर कशाला ? आजकाल विहिरी पाहणे इतके सोपे नाही. अरे पाण्याने भरलेल्या बादलीचा तळदेखील वर आल्यासारखा दिसतो. म्हणून मासे पकडताना पुष्कळ वेळा अडचण येते. त्यांची पाण्याखाली प्रत्यक्ष खोली दिसते त्यापेक्षा जास्त असते.

अंजू : हे अपवर्तन म्हणा नाहीतर वक्रीभवन म्हणा, हे कशामुळे घडते ? त्याला पदार्थाचा विरळपणा किंवा घनता कारण आहे का ?

मी : वा ! अगदी बरोबर कारणावर बोट ठेवलेस. प्रकाश हा ऊर्जेचा एक प्रकार असून तो लहरी (Waves) किंवा तरंगाच्या रूपाने एका बिंदूपासून दुसऱ्या बिंदूतून जातो असे मानतात. काच अथवा पाणी यामधील रेणू अधिक जवळजवळ असतात व त्यांच्यामधील आकर्षण – त्यांची हालचाल या सर्वातून प्रकाश लहरींना मार्ग काढावा लागतो. त्यामानाने हवेतील प्रवास सरळ मार्गाने होऊ शकतो. कल्पना करा, आपण रस्त्यातून चालताना गर्दी नसेल. रस्ता मोकळा असेल तर आपण सरळ चालू शकतो. रस्ता सरळ (रेषेने) ओलांडू शकतो. पण माणसांची, वाहनांची वर्दळ असेल तर आपला ‘ सरळ ’ मार्ग बदलतो. काही प्रकाश किरण तर पृष्ठभागावरूनच परत फिरतात. (त्यांचे परावर्तन होते.) जे आत शिरतात त्यांचा मार्ग बदलतो.

अंजू : पण हवेत तरी सरळ मार्ग राहतो हे काय कमी.

मी : सामान्यपणे ‘ होय ’ - पण यातही मजा आहे.

मोटारीतून प्रवास करीत असताना समोर डांबरी रस्त्यावर नजर टाकली असता रस्त्यावर पाणी सांडले आहे असे वाटते. मोटार त्याजवळ जाऊ लागताच ते नाहीसे होते.

विशेषत: वालुकामय मैदानांत दुपारच्या वेळी ही गोष्ट पहायला मिळते. जमीन उष्णतेने

तापलेली असते व तिच्याजवळील हवा तापते, त्यामानाने त्यावरील थर कमी उष्ण असतात. उष्ण हवा विरळ असते, तर थंड हवा त्यामानाने कमी विरळ आणि जसजसे वर जावे तसतशी हवेच्या थरांची घनता वाढत जाते. त्यामुळे प्रकाशाचे किरण हळूहळू वरच्या बाजूला वक्राकार होतात. उंच झाडाच्या वरच्या भागापासून येणारे किरण या उलट वक्राकार होतात; आणि त्यांचे जमिनीपासून परावर्तन होते. झाडाची प्रतिमा उलटी दिसते. यालाच ‘ मृगजळ ’ असे नाव आहे ते पाहणाऱ्याच्या डोळ्यांत शिरले की त्याला तिथे पाणी असल्याचा भास होतो आणि त्यात जवळ असलेल्या झाडाची प्रतिमा दिसते आहे, असं वाटतं.

समीर : अरेच्चा ! अशी मजा असते होय ? सूर्यास्त पाहतानादेखील आपण तर बुवा खूश होतो. तो दिवसा तळपणारा सूर्य लालसर गोळा होऊन हळूहळू खाली जात असतो, ते दृश्य काही वेगळेच.

अंजू : म्हणून तर सूर्यास्त पहायला महाबळेश्वरच्या ‘ बॉम्बे पॉईटवर ’ जातात.

मी : आणि सूर्योदय आणि सूर्यास्त पहायला कन्याकुमारीला. ते असू द्या. पण तुम्हाला हे माहिती आहे का ? सूर्य उगवण्यापूर्वी क्षितिजाखाली असताना थोडावेळ वर येण्यापूर्वीच आपल्याला दिसतो.

अंजू : ते कसं शक्य आहे ?

मी : का नाही ? वक्रीभवनाच्या नियमाप्रमाणेच हे होते. पृथ्वीजवळील हवेच्या थरांची घनता अधिक असल्याने त्यातून येणारे सूर्यकिरण आतल्या बाजूला वळतात; म्हणून आपण सूर्य क्षितिजाखाली असतानाच पाहू शकतो.

अंजू : सूर्य उगवताना आपण पाहू शकतो. पण जसजसा तो वर येतो तसतसा त्याचा रंग तांबूस वरून नारिंगी व नंतर चकचकीत होतो व आपण त्याच्याकडे पाहू शकत नाही, हे बदल का होतात ?

मी : सूर्य क्षितिजाजवळ असतो तेव्हा प्रकाश एवढा तीव्र नसतो. याचे कारण, हवेतील धूलिकण, बाष्पबिंदू यामुळे त्याचे किरण सगळीकडे विखुरले जातात. त्यांना हवेच्या घन (Thick) थरातून प्रवास करावा लागतो. सूर्याचा पांढरा प्रकाश हा सात वर्णाचा परिणाम आहे. त्या प्रत्येक ‘ वर्ण ’ लहरींचा प्रवास वेगवेगळा असल्याने त्यापैकी सूक्ष्म लहरी अधिक विखुरल्या जातात व त्या पृथ्वीकडे कमी येतात. (याविषयी अधिक माहिती लोलकातून वक्रीभवन कसे होते हे पाहताना मिळेल.) सूर्य वर येऊ लागल्यावर त्याचा प्रवास हवेच्या कमी घनतेच्या थरांतून होतो म्हणून त्याचा प्रकाश तीव्र होतो.

समीर : हे सात वर्ण कोणते ?

अंजू : अरे, ता–ना–पि–हि–नि–पा–जा ह्या शब्दांत ते रंग आहेत. त्यापैकी हि–नि–पा–जा ह्या वर्ण लहरी ता–ना–पि पेक्षा अधिक सूक्ष्म असतात ना ?

मी : हो – समीर अरे असा बघतोस काय ? तुला काय वाटलं ह्या तानापिचा शिवाजीच्या

तानाजीशी संबंध आहे ? ता-तांबडा, ना-नारिंगी, पि-पिवळा, हि-हिरवा, नि-निळा, पा-पारवा व जा-जांभळा आलं लक्षात ?

समीर : वा ! वर्ण लक्षात राहण्यासाठी हा शब्द मस्त आहे हं ! पण मग आकाश निळे का दिसते ? प्रकाशकिरणांचे वक्रीभवन व सात रंगांत विभाजन हेच त्याचे कारण असते ?

मी : होय, धूलिकण, धुराचे कण, बाष्पबिंदू यामुळे सूर्यकिरण विखुरले जातात व त्यापैकी सूक्ष्मवर्णकिरण जास्ती विखुरले जातात. विशेषत: निळा, पारवा व जांभळ्या रंगाचे. याचमुळे दूर अंतरावरील डोंगरही निळसर दिसतात आणि खोल पाणी, धुराचा झोत इ. निळसर दिसतात. पण आकाशात काही मैल वर गेल्यास आकाश निळे न दिसता काळे, अंधाऱ्या रात्री दिसते तसे दिसते.

काचेच्या लोलकातून (Prism) जाणाऱ्या प्रकाशाचे वक्रीभवन होताना त्यात आणखीही एक क्रिया होते. प्रकाश किरणांतील वर्ण विखुरले (Disperse) जातात. या संदर्भात आता विचार करू.

अंजू : 'लोलक' म्हणजे ज्यातून बघितले की, गमतीचे रंग दिसतात तेच ना ? पण हे रंग का दिसतात ?

मी : याचाच आपण विचार करणार आहोत.

अबक हा त्रिकोणी लोलक (काचेचा ठोकळा) आहे. त्याच्यावर प्रकाश किरण पडला की तो लोलकात जाऊन वक्रमार्गाने बाहेर पडतो. हे वक्रीभवनाच्या नियमाप्रमाणे होते. याला विचलन (Deviation) असे नाव आहे. वक्रीभूत किरण त्रिकोणाच्या 'पाया' कडे वळतो. हा प्रयोग काचेच्या चिपेच्या प्रयोगाप्रमाणेच पतन किरणासाठी टाचण्या रोवून दुसऱ्या बाजूने टाचण्या अशा लावायच्या की, ह्या लोलकातील प्रतिमा एकाच सरळ रेषेत असतील.

आता अशी कल्पना करा. शाळेतील वर्ग १ ते ७ मधील मुले जणूकाही एकमेकांचे हात धरून एका रांगेत चालत आहेत - मैदान ओलांडत आहेत. मैदानात वाटेत दगड धोंडे आल्यावर त्यांचे हात सुटतात व रांगही मोडते. तशी काहीशी स्थिती सप्त वर्णांनी बनवलेला प्रकाश लोलकात शिरल्यावर होते व माध्यमाची घनता बदलल्याने आणि त्रिकोणी आकारामुळे त्यांचे विचलन होतानाच त्यांचे विघटन होऊन, (सूर्यप्रकाशात लोलक धरला तर) सप्तवर्णाचा वर्णपट मिळतो. तांबडा रंग वरच्या बाजूला व जांभळा खाली दिसतो. मात्र, हे रंग एकमेकांशी सलग असा हा पट्टा दिसतो.

समीर : हेच रंग इंद्रधनुष्याचे असतात. पण तिथे लोलक कुठला ?

मी : इंद्रधनुष्य मुख्यत: आकाशात ढग असताना पाऊस पडण्यापूर्वी किंवा पडून गेल्यानंतर दिसते; याचे कारण वरीलप्रमाणेच आहे. मात्र, या ठिकाणी लोलकाऐवजी ढगातील पाण्याच्या गोलाकार थेंबामधून वक्रीभवन होऊन प्रकाश किरण सप्तवर्णात फुटतो. मात्र, अशा वेळी सूर्य व ढग आकाशात परस्पर विरुद्ध दिशांना असतात.

भिंगामधून वक्रीभवन

अलीकडे चष्मा वापरणाऱ्यांची संख्या बरीच वाढली आहे. त्यासाठी विशिष्ट आकाराची काच उपयोगात आणली जाते. कॅमेरामध्येही काच बसवलेली असते. या शिवाय बारीक वस्तू पाहण्यासाठी किंवा अक्षरे वाचण्यासाठी ही एक गोल काच वापरतात. घड्याळाची घड्याळातील लहान लहान चक्रे पाहण्यासाठी काच वापरतात. अशा काचा ' भिंग ' (Lens) या नावाने ओळखल्या जातात.

समीर : सर्व भिंगे एकाच प्रकारची असतात का ?

मी : नाही. भिंगाचे बहिर्गोल व अंतर्गोल असे दोन मुख्य प्रकार आहेत. बहिर्गोल भिंगे मध्ये फुगीर व कडेला पातळ (Thin), तर अंतर्गोल भिंगे मध्ये पातळ (Thin) व कडेला फुगीर (जाड) असतात. प्रत्यक्ष पहा, म्हणजे कल्पना येईल.

काचेच्या भिंगातून प्रकाश किरण पाठवू व काय होते ते पाहू या.

एका हातात कागद व दुसऱ्या हातात बहिर्वक्र, बहिर्गोल भिंग धरा. सूर्यकिरणांना काटकोन करणाऱ्या स्थितीत भिंग धरून, कागदापासून लांब व जवळ आणा. कागदापासून विशिष्ट अंतरावर ते आणले असताना, कागदावर सूर्याची तेजस्वी बिंदूरूप प्रतिमा पडलेली आढळेल. कागदावर शाईचा थेंब पाडून तो वाळू द्या. आता या थेंबावर वरीलप्रमाणे सूर्यकिरण एकवटू द्या. काळा ठिपका प्रकाश किरणे शोषून घेतो. काही वेळातच तो पेटतो व जळू लागतो. जळताना होणाऱ्या धुरामुळे किरणांचा मार्ग दिसू शकतो.

हा प्रयोग सावधपणे करावयास हवा, कारण कागद पेट घेतो. यावरून बहिर्गोल भिंगावर पडणारे सूर्यकिरण–प्रकाशकिरण एकत्रित आणले जातात; म्हणून यांना अभिसारी (Convergent lens) भिंग असे नाव आहे.

अंजू : या भिंगाच्या अंगी हा गुणधर्म का आला आहे ?

मी : भिंग हे अनेक लहान लहान लोलकांचे बनलेले असते. कल्पना करा, प्रिझममधून जाणारे किरण ज्याप्रमाणे तिच्या पायांकडे (जाड भागाकडे) वळतात त्याप्रमाणे या ठिकाणीही वळतात. मध्येच जाडी जास्त असल्याने किरण भिंगाच्या मध्यामधून जाणाऱ्या रेषेवरील बिंदूत एकत्रित होतात.

समीर : त्या बिंदूला पण नाभी असेच नाव आहे का ? भिंगांनासुद्धा ' वक्रता मध्य ' असतात का ?

मी : तुला विषय बराच समजलेला दिसतो आहे. बरोबर, भिंगाचे पृष्ठभाग हे दोन गोलाचे भाग असतात. प्रत्येक भाग हा वेगळा मध्य असलेल्या गोलाचा असतो. त्यांचे वक्रता मध्यबिंदू वेगवेगळे आहेत.

अंजू : म्हणजे यांचे कार्य अंतर्वक्र आरशासारखे आहे का बहिर्वक्र ?

मी : आरसा व भिंग वेगळे असते; पण कार्य पुष्कळसे सारखे आहे. वेगळे अशाकरिता की आरशावर एकाच चकाकणाऱ्या बाजूवर पडणारे किरण परावर्तित होतात. भिंगामध्ये दोन्ही

बाजूंकडून येणारे किरण वक्रीभूत होऊन कार्य होते.

भिंगावर समांतर प्रकाशकिरण आले असता वक्रीभवन होऊन ते एका बिंदूत मिळतात. त्यालाही (Focus) नाभी असेच नाव आहे. नाभी ही वक्रता मध्य व भिंगाचा मध्य (Pole) यांच्या बरोबर मध्यभागी असते.

ही प्रतिमा नाभीवर पडते. प्रतिमा होताना - (१) समांतर किरण वक्र होऊन नाभीतून (२) नाभीतून जाणारे किरण अक्षाला समांतर (३) आरशाच्या मध्यातून जाणारे किरण सरळ जातात.

पदार्थ भिंगाच्या वक्रता केंद्र बिंदूच्या पलीकडे ठेवला म्हणजे वरील नियमाप्रमाणे त्याची उलटी प्रतिमा ही केंद्र व नाभी यांच्यामध्ये विरुद्ध बाजूला पडते.

पदार्थ केंद्रावर ठेवला तर प्रतिमाही उलट बाजूच्या केंद्रावर पडते. प्रतिमा उलटी व खरी असते.

पदार्थ केंद्र व नाभी यामध्ये ठेवल्यास प्रतिमा विरुद्ध बाजूला केंद्राच्या पलीकडे खरी, उलटी व मोठी असते.

पदार्थ नाभी व भिंग यामध्ये ठेवल्यास, प्रतिमा त्याच बाजूला, उभी, पण भ्रामक असते.

अंजू : म्हणजे हे अंतर्गोल आरशासारखंच. पण इथे भिंग पारदर्शक असल्याने प्रतिमा विरुद्ध बाजूला पडतात नाही का ?

मी : होय. अंतर्वक्र भिंगानं प्रतिमा त्याच बाजूला व भ्रामक (आभासी) मिळतात; कारण ते कडेला जाड असल्याने किरण विखुरले जातात. किरण प्रत्यक्ष मिळत नाहीत.

समीर : बहिर्वक्र भिंगाचा उपयोग काय ?

मी : डॉक्टर लोकांना रोग्याचे रक्त तपासायचे असेल किंवा जंतूंचा अभ्यास करायचा असला तर मोठी अडचण. कारण जंतू फारच सूक्ष्म असल्याने त्यांचे मोठे चित्र दिसावयास पाहिजे. त्यासाठी बहिर्गोल भिंगाचा वापर करावा लागतो. एका भिंगाने भागत नाही. कमीतकमी दोन तरी असावी लागतात.

ज्या पदार्थाचे निरीक्षण करायचे तो लहान भिंगाच्या नाभी व केंद्र यामध्ये ठेवायचा. म्हणजे त्याची खरी, उलटी व मोठी प्रतिमा पलीकडे पडते. ही प्रतिमा, दुसऱ्या मोठ्या भिंगाची नाभी व लहान भिंग यामध्ये पडेल अशी रचना केलेली असते. त्यामुळे त्या प्रतिमेची प्रतिमा त्याच अंगाला पण मोठी व भ्रामक असते. डॉक्टरांना ‘ प्रतिमा ’ पहायची, अभ्यासायची असल्याने, ती उलटी असल्याने बिघडत नाही. मोठी (Enlarged-Magnified) असणे महत्त्वाचे असते. त्यासाठी अशा रचनेचे सूक्ष्मदर्शक यंत्र वापरतात.

समीर : पदार्थाची प्रतिमा किती पटीने मोठी दिसते.

$$\text{वर्धन (Magnification)} = \frac{\text{प्रतिमेचे भिंगापासून अंतर}}{\text{पदार्थाचे भिंगापासून अंतर}} = \frac{\text{प्रतिमेचा आकार}}{\text{पदार्थाचा आकार}}$$

हे अंतर भिंगापासून मोजावयाचे असते. जेव्हा अधिक भिंगे वापरतात त्यावेळी अधिक वर्धन मिळते.

अंजू : आणखी कोणत्या उपकरणात भिंगाचा उपयोग केलेला असतो ?

मी : जसे सूक्ष्म पदार्थ पाहण्यासाठी तसेच दूरचे पदार्थ– ग्रह, चंद्र, तारे इ. निरीक्षण करण्यासाठी दूरदर्शिका–दुर्बीण, (दूरेक्ष्य) (Telescope) वापरतात. त्यातील भिंगांची रचना सूक्ष्मदर्शिकेच्या भिंगाच्या उलट असते. म्हणजे पदार्थाकडील बहिर्गोल भिंग (objective) कमी जाड असते. प्रकाशकिरण दूर अंतरावरून येत असल्याने त्यांची खरी, उलटी प्रतिमा, बहिर्गोल भिंगाच्या नाभीजवळ पडते. ज्या भिंगातून पहायचे (Eyepiece नेत्रिका) तिच्याजवळ ही प्रतिमा, त्या भिंगाची नाभी व ते भिंग यामध्ये पडते. त्यामुळे त्या प्रतिमेची वर्धित (magnified) उलटी व भ्रामक प्रतिमा मिळते.

ही रचना फक्त तत्त्व समजावून सांगण्यासाठी आहे. प्रत्यक्षात अनेक भिंगे वापरतात व प्रतिमा आणखी मोठी मिळवतात.

अंजू : बहिर्गोल भिंग वापरलेली आणखी कोणती उपकरणे आहेत ?

मी : फोटो कॅमेरा, मॅजिक लँटर्न, सिनेमा प्रोजेक्टर इ.

समीर : कॅमेऱ्याची रचना व कार्य सांगा ना ? (आकृती क्र. १५)

मी : पिन होल कॅमेऱ्याची कृती आधी ऐका.

सूचिछिद्र प्रतिमा ग्राहक

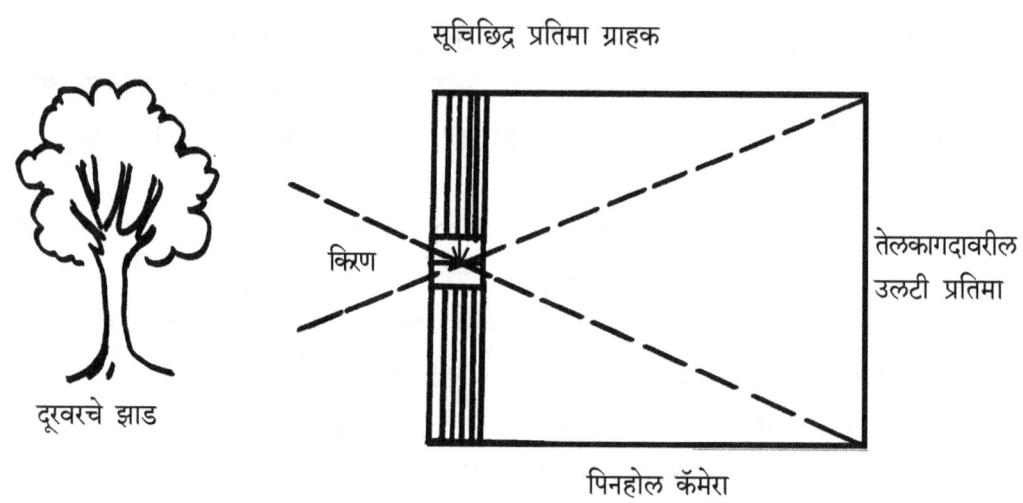

किरण

तेलकागदावरील उलटी प्रतिमा

दूरवरचे झाड

पिनहोल कॅमेरा

आकृती क्र. १५ : कॅमेऱ्याचे कार्य

सूचिछिद्र प्रतिमाग्राहक लांबट आकाराची पुठ्ठ्याची पेटी घ्या. तिच्या एका (उभ्या) बाजूच्या मधोमध एक छिद्र पाडा व विरुद्ध बाजूचा पुठ्ठा काढून तेथे 'तेलकट' कागद लावा. आता खोलीत अंधार करून छिद्रासमोर पेटलेली मेणबत्ती ठेवा. तिची प्रतिमा विरुद्ध बाजूच्या कागदावर दिसते मात्र ही उलटी असते.

तुम्हाला पिन होल कॅमेरा-सूचिछिद्र प्रतिमा ग्राहकाचे तत्त्व प्रकाशकिरण सरळरेषेत जातात हे सांगितले. त्यातील छिद्राऐवजी बहिर्गोल भिंग बसवलेले असते. ज्याच्यामधून किंचितही प्रकाश जाऊ शकणार नाही अशी एक पेटी. तिच्या एका बाजूमध्ये बहिर्गोल भिंग बसवलेले असते व समोरच्या बाजूला एक दुधी (ground) काच बसवलेली असते. प्रथम ज्याचा फोटो काढायचा त्या व्यक्तीची, पदार्थाची रेखीव (Sharp) प्रतिमा काचेवर पडली आहे हे पहावयाचे. नंतर काचेवर झाकण लावून काचेच्या जागी फोटोग्राफिक प्लेट, फिल्म लावायची. व्यक्ती, वस्तू यापासून भिंगामधून येणाऱ्या किरणांची क्रिया मागे बसवलेल्या फोटो-फिल्मवर होते. ती अंधारामध्ये रासायनिक द्रव्यात धुतली की, 'निगेटिव्ह' मिळते. निगेटिव्हमध्ये पांढऱ्या व काळ्या रंगाची आलटापालट झालेली असते. निगेटिव्हपासून फोटो मिळतो. फिल्मवर पडणारी प्रतिमा उलटी व खरी असते हे उघड आहे.

फिल्मवरील फोटो पडद्यावर दाखवण्यासाठी ' प्रोजेक्टर ' नावाचे उपकरण वापरतात. या पेटीसारख्या यंत्रात प्रखर प्रकाशाचा दिवा ठेवलेला असतो. त्याच्यापासून निघालेले प्रकाशकिरण बहिर्गोल भिंगातून त्याच्या नाभीच्या जरा पलीकडे ठेवलेल्या फिल्ममधून पडद्यावर पडतील अशी व्यवस्था असते. फिल्म नाभीच्या पलीकडे असल्याने तिची मोठी, वर्धन झालेली प्रतिमा पडद्यावर पडते. मात्र, प्रतिमा उभी सरळ दिसावी यासाठी फिल्म उलटी बसवावी लागते.

अशा प्रकारच्या उपकरणांत स्लाइड्स दाखवण्याची सोय केलेली असते.

सिनेमा प्रोजेक्टरची रचना सामान्यपणे वरच्या सारखीच असते. पण त्यामधून फिल्म्स् जलद वेगाने दाखवल्या जातात. १ ल्या चित्राचा परिणाम डोळ्यांवर १/१० सेकंद राहतो. त्या आधीच दुसरे चित्र डोळ्यांसमोर येते. त्यामुळे प्रतिमा एका पाठोपाठ दुसरी पाहत असल्याने सलग चित्रपट पाहत असल्याचा भास होतो.

समीर : चष्म्याला भिंगे का वापरतात?

मी : डोळ्यांत काही दोष असल्याने चष्मा वापरावा लागतो. डोळा हा एक प्रकारचा कॅमेराच आहे. त्याच्या भिंगामधून, बुबुळातील भिंगामधून, आत जाणाऱ्या प्रकाशकिरणांमुळे पदार्थाची प्रतिमा उमटते व ते आपण पाहतो. त्यासाठी आपण डोळ्यांची रचना पाहू.

डोळ्यांत बुबुळाच्या मध्ये एक बहिर्गोल भिंगाकृती असते आणि या भिंगातून प्रकाशकिरण डोळ्यांत जातात ज्या ठिकाणी आपण पाहिलेल्या पदार्थाचे ज्ञान आपल्याला होते, याला (Retina) इंद्रपटल असे नाव आहे. डोळ्यांविषयी मी अधिक सांगत नाही. डोळ्यांमधील भिंगाची जाडी कमी-जास्त होऊ शकते. त्यामुळे आपल्याला दूरचे अथवा जवळचे पदार्थ पाहता येतात. २५ ते ३०^0 सें.मी.

अंतरावरील पदार्थ पाहताना डोळ्यांवर ताण पडत नाही. (म्हणून वाचताना पुस्तक फार जवळ अथवा दूर धरू नये.)

डोळ्यांत अनेक दोष निर्माण होऊ शकतात–

१) ऱ्हस्व दृष्टी (Short-sight)

२) दीर्घ दृष्टी (Long-sight)

३) रंगाचे ज्ञान न होणे (Colour blindness)

यातील काही भिंगे कडक (Hard) झाल्याने त्यांची कार्यशक्ती कमी होते. वार्धक्य आल्याने विशेषत: हे घडते.

ऱ्हस्व दृष्टी – या लोकांना जवळचे दिसते, पण दूरचे दिसत नाही. याचे कारण, प्रतिमा इंद्रपटलाच्या थोडी अलीकडे पडते. त्यासाठी योग्य अंतर्गोल भिंग वापरून प्रकाश–किरण प्रतिमेवर पडतील अशी व्यवस्था करावी लागते. हा दोष कधीकधी फार वाचनाने व लहानपणापासूनही असू शकतो.

दीर्घ दृष्टी – कधी कधी प्रतिमा इंद्रपटलाच्या मागे पडते. त्यासाठी बहिर्गोल भिंग वापरून ती पुढे इंद्रपटलावर पडेल अशी व्यवस्था करता येते. या माणसांना दूर अंतरावरील पदार्थ दिसतात; पण जवळचे स्पष्ट दिसत नाहीत. हा दोष विशेषत: वयस्कर माणसांमध्ये आढळतो.

ध्वनी

खरं म्हणजे तुम्ही म्हणाल की, ' ध्वनीची ओळख ती काय करून द्यायची ? तीही एक ऊर्जा आहे, हे माहीत आहे आम्हाला.' अगदी बरोबर पण प्रकाश, उष्णता, विद्युत इत्यादींसारखी ती नाही. ध्वनीला निर्माण व्हायला आणि त्याचबरोबर स्थलांतरासाठी वस्तूची आवश्यकता आहेच. प्रकाश, उष्णता या ऊर्जा पूर्ण मोकळ्या, म्हणजे वस्तुहीन जागेतून जाऊ शकतात; पण ध्वनीच्या निर्मितीला आणि वहनाला वस्तू हवीच! वस्तूतल्या कणात हालचाल होताना, दाटी आणि विरलता या एका पाठोपाठ आल्या आणि येत राहिल्या की, ध्वनी निर्माण होण्याची आणि ध्वनीच्या वहनाची स्थिती निर्माण होते. कणांची हालचाल तीव्र झाली, झपाट्याने दाटी आणि विरलता एका पाठोपाठ येऊ लागली की, ध्वनी हा ऊर्जारूप होऊन काम करू लागतो. वस्तूशिवाय या ऊर्जेची निर्मिती आणि वहन, अशक्य आहे, असे म्हणायला हरकत नाही; म्हणून इतर ऊर्जेपेक्षा काही अंशी ही ऊर्जा जरा वेगळीच मानावी लागेल. मात्र, इतर ऊर्जांचं ध्वनीत आणि ध्वनीचं इतर ऊर्जांत रूपांतर होणं, हे मात्र ऊर्जा नियमांप्रमाणे शक्य होतं.

ध्वनीबाबतचे नियम आणि प्रयोग

ध्वनींबाबतचे नियम आणि प्रयोग, प्रकाश, उष्णता या ऊर्जांच्या सारखेच काही अंशी तरी आहेत; कारण ऊर्जा या बहुतांशी वस्तुकणांची हालचाल आणि कणांची (अणूंच्या) अंतर्गत (कणांची) हालचाल यामुळेच आहेत. एका ऊर्जेचं दुसऱ्यात रूपांतर करता येतंच. प्रकाश, उष्णता आणि विद्युत यांचं ध्वनीत आणि ध्वनीचं यांच्यात रूपांतर करता येतं, तेही दिलं आहे. ते पहा. संगतध्वनी हा श्राव्य, सुसंगत ध्वनी हा सुश्राव्य आणि विसंगत बेशिस्त ध्वनी हा अश्राव्य ठरतो.

तेव्हा श्राव्य ध्वनीचीच इच्छा मनात धरून पुढचे प्रयोग करा. असं म्हणतो.

याशिवाय अश्रुत– ऐकू न येणारा (अर्थात माणसाला ऐकू न येणारा) ध्वनी म्हणजे काय? याचाही परिचय करून दिला आहे, तोही पहा. थोडा अतर्क्य पण सत्य आहे.

मग माझी 'वाचायला लागा ', ही ध्वनिरूप सूचना ऐकण्याआधीच सुरू करा बघू वाचायला आणि प्रयोगही करा.

आपण लहानपणापासून निरनिराळ्या प्रकारचे आवाज ऐकत असतो. कोकिळा, चिमणी, कावळा, बुलबुल इ. पक्ष्यांचे, गाय, कुत्रा, मांजर इ. प्राण्यांचे, तसेच माणसाचे पण, आवाज ऐकतो. प्रत्येकाच्या आवाजांत फरक असतो, हे आपल्याला जाणवते, आवाज कसा उत्पन्न होतो, तो एका ठिकाणाहून दुसरीकडे कसा जातो. काही आवाज कर्कश्श्य असतात, तर काही मधुर असतात. इ. गोष्टी आपल्याला माहीत आहेत; पण त्यांच्याविषयी आपण मुद्दाम विचार करण्याचा प्रयत्नही करीत नाही; कारण त्या इतक्या अंगवळणी पडल्या आहेत की, त्याकडे सहजच दुर्लक्ष होते.

अंजू : मला उद्या लवकर उठवा हं ! सकाळची शाळा आहे.

मी : बरं आहे, किती वाजता उठवायला पाहिजे ? घड्याळाचा गजर लावू.
इतक्यात भिंतीवरील घड्याळाचे ठोके ऐकू आले.

समीर : मी जेव्हा जेव्हा हे घड्याळाचे ठोके ऐकतो, तेव्हा तेव्हा दोन गोष्टी माझ्या मनात येतात. एक हा आवाज कसा उत्पन्न होतो ? व दुसरी, तो आपल्यापर्यंत कसा पोहचतो ?

मी : मग त्याबद्दल काही विचार केलास का ?

समीर : विचार असा नाही केला; पण एक कल्पना मनात मधून मधून येते. प्रकाश लहरी असतात. उष्णतेच्या लाटा-लहरी असतात. तशा ध्वनीच्या लहरी असण्याची शक्यता असावी, पण काय होते – उष्णता, प्रकाश या लहरी ' दिसत ' नाहीत. त्या फक्त कळतात – त्या आपण डोळ्यांनी बघतो, ' ध्वनी परिसतो कानी ', या कवितेप्रमाणे त्यांचे परिणाम दिसतात.

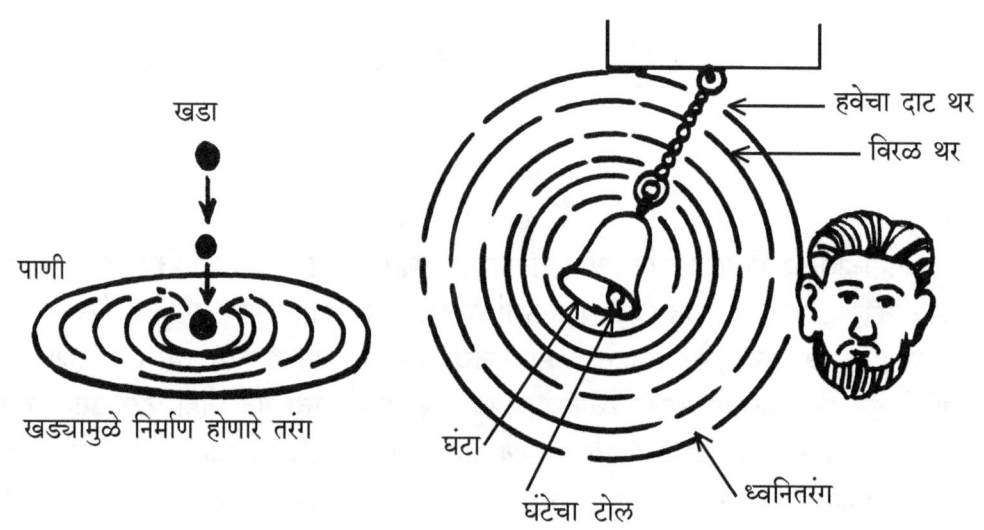

आकृती क्र. १६ : ध्वनितरंगांची निर्मिती

सुमा : ' हे मात्र खरे हं. मग सांगा बरं, ध्वनी कसा उत्पन्न होतो ? म्हणजे का उत्पन्न होतो ?'

मी : रिकाम्या पातेल्यावर, चिमट्याच्या दांड्याने आघात केला तर आवाज ऐकू येतो. आवाज ऐकू येत असताना, भांड्याला हात लावून पाहिला आहे का ?

अंजू : हो. भांडे थरथरते आणि हात लावला तर आवाज कमी कमी होतो. म्हणजे त्या थरथरण्याचा व आवाजाचा संबंध असला पाहिजे. नाही का !

मी : होय. आता त्या भांड्यांत थोडेसे पाणी घालून, पुन्हा तसेच करा. पाण्याकडे पहा.

सुमा : पाण्यात बारीक बारीक लाटा – तरंग दिसतात; पण हे कशामुळे तिथे आले ?

समीर : अंजूने सांगितले नाही का – पातेले थरथरते म्हणून, त्या थरथरण्याने – तरंग उठलेले दिसतात.

मी : त्या भांड्याच्या थरथरण्याला – कंपन असे दुसरे नाव आहे. ध्वनी कंपनाने उत्पन्न होतो. याची पुष्कळ उदाहरणे तुमच्या पाहण्यात आहेत.

१) तुम्ही कागदाचे भिरभिरे तयार करता. ते जोरात फिरू लागले की भिर्भिर् असा आवाज

येऊ लागतो.

२) एका तारेची दोन्ही टोके खिळ्यांना अडकवून तार – दोरा (किंवा रबराची पट्टी) ताणून बांधा. ती स्थिर असताना ध्वनी येत नाही. आता ती चिमटीने पकडून वर ओढून सोडा. पहा काय होतंय ते. आवाज ऐकू येतो का ?

समीर : तंबोरा – एकतारी या वाद्यांमध्ये अशीच रचना असते खरी. त्यामुळे बोटांनी त्या तारांमधून आवाज येतो. म्हणजे ध्वनी कंपनामुळे उत्पन्न होतो हे समजले; पण आपल्यापर्यंत कसा पोहचतो ?

सुमा : म्हणजे काय ? हवेमधून येत असेल.

मी : आकृती पहा. दाट हवेच्या थराची स्थिती आहे. कंपन सुरू झाल्याबरोबर एका ठिकाणचे थर दबले गेले. त्यांच्यामधील अंतर कमी झाले. पुढची स्थिती म्हणजे दबलेल्या थराचा आणखी एक समूह मागे येतो. कंपन सुरू झाल्यावर कंप पावणाऱ्या वस्तूंपासून ध्वनीलहरी सर्व दिशांकडे जात असतात; म्हणून कंप पावणारी वस्तू जरी आपल्याला दिसत नसली तरी आवाज ऐकू येतो.

समीर : हे मात्र खरे आहे. रात्री बाहेर कुत्री भुंकत असली तर आपली दारे बंद असूनही, आपल्याला त्यांचे भुंकणे ऐकू येते. कुत्रे तर दिसत नसते.

सुमा : हवेतून या लहरी जाऊ शकतात तशा आणखी कशातून ?

मी : या लहरी जाण्यासाठी माध्यम असावेच लागते. सूर्यावरती होणारे स्फोट आपल्याला ऐकू येत नाहीत. दुर्बिणीच्या साहाय्याने दिसू शकतात.

प्रयोग

बाटलीत थोडं पाणी घालून तापवा. वाफेने बाटली भरली की पेन्सिलसकट असलेले बूच लावा. बाटली गार करा. वाफ गोठली की बाटलीत निर्वात पोकळी निर्माण होईल. बाटली हलवून गोळ्यांचा आवाज करा. स्पष्ट ऐकू येत नाही.

अंजू : माध्यम फक्त हवाच का, की पाणी अथवा घनपदार्थ असू शकतात. मला काय म्हणायचं आहे की पाण्यातून अथवा घनपदार्थातून ध्वनी जाऊ शकतो का ?

मी : होय.

समीर : त्याला जास्त वेळ लागतो का कमी लागतो ?

मी : लाकूड, काच, पोलाद यामधून जास्त जोराने ध्वनी जाऊ शकतो. पाण्यातूनही हवेपेक्षा त्याचा वेग जास्त असतो. फक्त बूच, रबर अशा पदार्थांतून त्याचा वेग हवेतील वेगापेक्षा कमी असतो.

सुमा : हवेत त्याचा वेग किती असतो ? आणि पाण्यासारख्या पदार्थांत किती ?

मी : हवेत दर सेकंदाला ३२० मीटर वेग असतो, तर पाण्यात जवळजवळ १५०० मीटर व लाकूड, काच, पोलाद यामध्ये जवळ जवळ ५००० मीटर दर सेकंदाला असतो.

१) एक पेन्सिल घेऊन तिचे एक टोक तुमच्या कानात (आत धक्का लागणार नाही – इतके) घाला. दुसरे टोक टिक् टिक् करणाऱ्या घड्याळाला चिकटवा. टिक्टिक् ऐकू येते ! मोठ्याने ऐकू येईल.

२) दोरीच्या एका टोकाला चमचा बांधा. दुसरे टोक बोटाच्या साहाय्याने कानात धरा. आता चमचा टेबलावर आपटू द्या. आवाज ऐकू येतो ?

३) लोखंडी पट्ट्याचे रेलिंग कुंपण काही ठिकाणी असते. रेलिंगजवळ उभे रहा. साधारण ३० मीटर अंतरावर असलेल्या तुमच्या मित्राला रेलिंगवर दगड टेकवायला सांगा. रेलिंगमधून आलेला दगडाचा आवाज ऐका, दगडाने केलेला आवाज हवेतूनही ऐकू येईल. कोणता आवाज प्रथम ऐकू आला. यावरून लक्षात येईल की हवेपेक्षा लोखंडामधून फार जलद आवाज ऐकू येतो.

पाण्यातून आवाज ऐकण्याचा प्रयत्न करणे (प्रयोगाने) अवघड आहे; पण पाणबुड्या, पाण्याखाली बाँबस्फोट करतात. त्यांनी केलेल्या प्रयोगावरून व त्यांच्या अनुभवांतून पाण्यातील ध्वनीचा वेग त्यांनी ठरवला आहे.

समीर : बरोबर आहे. पाण्यात टाळी किंवा घंटा वाजवता येणार नाही. निदान मला तरी; पण आवाज काही वेळा हळू तर काही वेळा मोठ्याने ऐकू येतो. उदा. आगगाडी लांबून येत असताना प्रथम खडखडाट हळू ऐकू येतो. पण जवळ येत चालली की आवाज मोठा होतो असे का ?

अंजू : उघडच आहे. दूर असताना तिच्या वेगामुळे हवेत उत्पन्न झालेली कंपने आपल्यापर्यंत पोहचतात. तेव्हा त्यांची शक्ती कमी असते; पण जवळ येत चालली की त्यांची शक्ती वाढते; नाही का ? पण तंबोऱ्याला – तंतुवाद्यांना भोपळा असतो तो का ? किंवा तबला– डग्गा यांच्या कातडीखाली पोकळी असते तिचा काय उपयोग होतो ?

मी : अरे बापरे, तुझे निरीक्षण व सत्यशोधन फारच दिसतंय. माझा कसा टिकाव लागणार तुमच्यापुढे ? सांगतो, त्यासाठी नादकाटा नावाच्या उपकरणाचा उपयोग केला, तर फार माहिती मिळेल. इंग्रजी वाय (Y) या अक्षराच्या आकारासारखा हा काटा (Fork) असतो.याचा दांडा हातात धरून Y चे एका टोकावर आघात करून ते आपल्या कानाजवळ आणा. आवाज ऐकू येतो. आता पुन्हा तसाच आघात करून काट्याचा दांडा टेबलावर ठेवा. पहा आवाजात फरक पडतो का ? आवाज मोठा होतो का ? नादकाट्याच्या कंपनात टेबलावर टेकवल्याने फरक पडतो का? ढोल, ड्रम, तबला इ. वर आघात केला की, कातड्याचा पडदा हलू लागतो व आत कोंडलेल्या हवेतही कंपने उत्पन्न होतात. त्यामुळे त्यांचा आवाज वाढतो. तंबोऱ्याच्या भोपळ्याचा हाच आवाज होतो.

आवाजाचा लहानमोठेपणा, कंपन किती मोठे आहे, त्यावर अवलंबून असतो, त्याच्या विस्तारावर अवलंबून असतो, त्याबरोबर माध्यमावर अवलंबून असतो, हेही आपण पाहिले आहे. अर्थात, ऐकणारा आवाजापासून किती अंतरावर आहे ते व त्याची श्रवणशक्तीही,

विचारात घ्यावी लागते.

समीर : काही वेळा खूप कर्कश्श्य आवाज ऐकावा लागतो. देवाने डोळे मिटून घेण्याची शक्ती (पापण्यांमुळे) माणसाला दिली आहे. तशी कान 'मिटून' घेण्याची शक्ती दिली असती तर बरे असे वाटते. कानांत बोटे घालून किंवा कापसाचा बोळा ठेवून, फारसा उपयोग होत नाही.

सुमा : पण हा कर्कश्श्यपणा कशामुळे निर्माण होतो ?

मी : त्यासाठी एक प्रयोग करून पहा. एक सायकल सीटवर उभी करा. तिच्या पाठीमागच्या चाकाला गती देता येईल. चाक फिरू लागले की चाकाच्या तारांवर (स्पोक्सवर) घासू शकेल असे एक कार्ड (किंवा कार्डबोर्डच्या तुकडा) धरा. पहा आता फट् फट् आवाज होऊ लागतो. चाकाची गती वाढवा – वेग वाढवा. आता पुन्हा आवाज ऐका. काय फरक पडला ? आवाज कर्कश्श्य येऊ लागतो. चाकाचा वेग वाढला की कंपनसंख्या वाढते; म्हणजे ठरावीक वेळात होणाऱ्या (दर सेकंदास होणाऱ्या) त्याच्या कंपनांची संख्या वाढते. म्हणजे कर्कश्श्यपणा कंपनसंख्येवर किंवा वारंवारतेवर (Frequency) अवलंबून असतो.

अंजू : कर्कश्श्य आवाजाचा आपल्या श्रवणशक्तीवर परिणाम होऊ शकतो का ?

मी : निश्चितच! माणसाच्या कानाला एका मर्यादेपर्यंतच्या ध्वनिलहरी ' सहन करण्याची ' ताकद असते. त्यापेक्षा जास्त मोठा आवाज वारंवार कानावर 'आदळू' लागला तर ऐकण्याची ताकद कमी होते. क्वचित प्रसंगी बहिरेपणा येतो. आधुनिक जीवनात उद्योगधंद्याबरोबर 'आवाजही' वाढलेला आहे. तो प्रमाणाबाहेर गेला की, त्याचे दुष्परिणाम भोगावे लागतातच!

समीर : आवाज ध्वनिलहरींच्या मार्गात अडथळा आला तर त्यांच्यावर काय परिणाम होतो ?

मी : त्या परत फिरतात. एखादा तांब्या किंवा उभट भांडे घेऊन त्याच्या तोंडाजवळ गाणे म्हणा. गाण्याचा आवाज मोठा येतो. घुमल्यासारखा वाटतो. कारण तुमच्या ध्वनीलहरी व भांड्यांची तळाकडीलबाजू यावर या ध्वनीलहरी आपटून परत फिरतात. त्या व मूळच्या ध्वनिलहरी मिळाल्यामुळे आवाज अधिक जोराने ऐकू येतो.

टेबलावर एक पुस्तक (उभे) ठेवा. पुस्तकासमोर थोड्या अंतरावर एक नळी ठेवा. (आकृती पहा) तिच्या एका टोकाजवळ घड्याळ धरा. आता दुसरी एक नळी घेऊन तिच्या टोकाजवळ कान लावा. त्या नळ्यांमध्ये एक पुस्तक ठेवा. दुसरी नळी थोडी फिरवून घड्याळाची टिक् टिक् ऐकू येते का ते पहा. एका विशिष्ट स्थितीत नळी असताना आवाज स्पष्ट ऐकू येतो; कारण घड्याळाच्या ध्वनीलहरी पुस्तकावर आपटून परत फिरतात. तिथून परावर्तन होऊन दुसऱ्या नळीवाटे आपल्याला ऐकू येतात. दोन्ही नळ्या पुस्तकांशी समान कोन करतात त्यावेळी आवाज स्पष्ट ऐकू येतो.

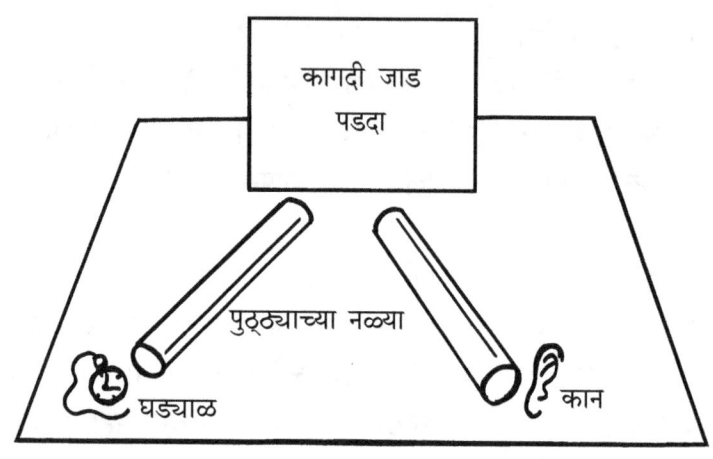

आकृती क्र. १७ : ध्वनीचे परावर्तन

अंजू : म्हणजे प्रकाशाच्या परावर्तनासारखाच हा नियम आहे म्हणा की.

मी : ध्वनीच्या या परावर्तनाचा एक मजेशीर परिणाम म्हणजे प्रतिध्वनी. म्हणजे पहिल्या आवाजासारखाच पुन्हा आवाज ऐकू येणे होय. आपल्या कानामध्ये १/१५ सेकंदानंतर ऐकलेला आवाज वेगळा करण्याची शक्ती आहे. एका सेकंदात ३२० मीटर ध्वनीचा वेग म्हणजे १/१५ सेकंदात २२ मीटर. तुमच्यापासून ११ मीटर अंतरावर एखादा अडथळा-भिंत-इमारत असल्यास तुमच्या आवाजाच्या लहरी तिच्यावर आदळून परत येतील व तुम्ही बोललेले शब्द अथवा केलेला आवाज तसाच परत ऐकू येईल. याला 'प्रतिध्वनी' म्हणतात. मोठमोठ्या हॉलमध्ये भाषण होत असताना ही अडचण येतेच.

अंजू : म्हणजे ही अडचणच! प्रतिध्वनी, नाहीसा करता येत नाही का ?

मी : नाहीसा कसा करता येईल ? आता ज्या अडथळ्यांवर तो आदळतो, तो खडबडीत पृष्ठभागाचा असेल, तर ध्वनीचे परावर्तनही चांगले होणार नाही. प्रतिध्वनी अस्पष्ट होईल एवढेच. जहाजांना समुद्राची खोली मोजण्यासाठी या तत्त्वाचा चांगला उपयोग होतो.

समीर : ते कसे काय ?

मी : समुद्राची खोली मोजण्यासाठी जहाजावरील डेप्थ-साउंडर या उपकरणाचा उपयोग केला जातो. यापासून निघालेल्या ध्वनीलहरी समुद्रतळावर आपटून परावर्तित होतात व त्या जहाजाकडे परत येतात. ध्वनीच्या खाऱ्या पाण्यातील वेगावरून, आवाजाला परत यायला लागलेल्या वेळावरून पाण्याची खोली काढता येते.

सुमा : अय्या ! मला वाटले की समुद्राची खोली माहिती होण्यासाठी पाणबुडे तळापर्यंत जात असतात. पॅसिफिक महासागराच्या तळापर्यंत जाणे म्हणजे कठीणच! जवळजवळ ८ कि. मी. खोल आहे ना ते !

मी : एक गमतीदार प्रयोग करून पहा. आपण वापरतो त्या छत्र्या उघड्यावर अंतर्गोलाकार असतात- अंतर्गोलाकृती आरशाप्रमाणेच म्हणा ना! त्यांच्या अंतर्भागावरून ध्वनिलहरी परावर्तित होऊन काही अंतरावर असलेल्या छत्रीच्या आतल्या भागावर आदळतात व पुन्हा परावर्तित होतात. त्यामुळे काही अंतरावर असलेल्या दुसऱ्या छत्रीस कान लावून बसलेल्या माणसास तो आवाज ऐकू येतो.

अंजू : खरं म्हणजे लोकांना आपण हाक मारलेली किंवा बोललेले ऐकू जावे म्हणून आपण तोंडाशी दोन्ही हाताचे तळवे धरून मोठ्याने बोलतो. त्या तळव्यांचा उपयोग ध्वनी लहरी परावर्तित करून मूळच्या ध्वनिलहरींना अधिक शक्तिमान करण्यासाठी होत असला पाहिजे; पण ह्याला शास्त्रीय आधार आहे हे आपल्याला कुठे माहिती असते.

मी : गणपती उत्सवात किंवा इतर प्रसंगी आवाज दूरपर्यंत (व मोठ्याने) ऐकू जावा यासाठी कर्णा (ध्वनिक्षेपक - loud speaker) वापरतात. त्यातही वरती म्हटल्याप्रमाणेच, त्याच्या बाजूवरून ध्वनी लहरींचे परावर्तन होते व त्या मूळ लहरींना अधिक बलवान करतात.

समीर : डॉक्टर लोक रोग्याच्या छातीला एक उपकरण लावतात व त्याच्या हृदयाचे ठोके ऐकतात. स्टेथस्कोप नाही का ? त्यांनाही हृदयाच्या स्पंदनाच्या ध्वनिलहरी ऐकू येत असतात, होय ना ?

मी : बरोबर. तुम्हालासुद्धा ‘ घरगुती ’ (खेळातला) स्टेथस्कोप तयार करता येईल.

एक रबरी नळी घ्यायची तिच्या एका टोकात एक छोटेसे नरसाळे (Funnel) बसवायचे. आता ते छातीवर पालथे ठेवायचे व नळीचे दुसरे टोक कानात घालायचं. बघा छातीचे ठोके स्पष्ट ऐकू येतात. आहे की नाही गंमत ? आता डॉक्टर लोकांचे उपकरण हृदयाच्या अगदी बारीक हालचालींचीं नोंद घेते व त्यासाठी त्याला दोन नळ्या - डॉक्टर लोकांच्या (दोन्ही कानांसाठी)असतात. त्यामुळे सोयही होते.

विजापूरला एक गोलघुमट नावाची इमारत आहे. तिच्या घुमटाच्या भिंतीजवळ उभे राहून भिंतीकडे तोंड करून आवाज केला, शब्द उच्चारले तर त्याचा सात वेळा प्रतिध्वनी ऐकू येतो. ध्वनी परावर्तनाचे हे एक उदाहरण.

ऊर्जेचे एकमेकांत रुपांतर - (ऊर्जेच्या अमरत्वाचा विश्वनियम) विश्वात ऊर्जा पूर्ण नव्याने निर्माण होत नाही आणि अस्तित्वात असलेली ऊर्जा कधी नष्ट होत नाही. फक्त एका रूपातली ऊर्जा, रुपांतरित ऊर्जा होऊन दुसरी म्हणून प्रकट होते. म्हणजे व्यावहारिकदृष्ट्या तिचा एका रूपात होऊ शकणारा उपयोग नष्ट होतो आणि त्या रूपातली ऊर्जा दुसऱ्या रूपात जाऊन त्या रूपात तिचा उपयोग होऊ लागतो. याचाच अर्थ विश्वातली एकूण ऊर्जा नेहमी स्थिर आहे. फक्त परस्परांत रूपांतराची क्रिया सतत चालू आहे, एवढंच! व्यावहारिकदृष्ट्या, तिची विविध रूपे विविध कार्याला उपयोगी पडतात; म्हणून परस्पर रूपांतराची क्रिया ही फायदेशीर ठरते.

वस्तूंचे एकमेकांत रूपांतर - (वस्तूंच्या अमरत्वाचा विश्वनियम) विश्वात वस्तू पूर्ण नव्याने

निर्माण होत नाही आणि अस्तित्वात असलेली वस्तू कधी नष्ट होत नाही. फक्त एका रूपातली वस्तू रुपांतरित होऊन दुसरी म्हणून प्रकट होते. म्हणजे व्यावहारिकदृष्ट्या तिचा एका रूपात होऊ शकणारा उपयोग नष्ट होतो आणि त्या रूपातली वस्तू दुसऱ्या रूपात परिवर्तित होऊन, त्या रूपात तिचा उपयोग होऊ शकतो, होऊ लागतो. याचाच अर्थ विश्वातली एकूण वस्तू नेहमी स्थिर आहे. फक्त परस्परांत रूपांतराची क्रिया सतत चालू आहे, एवढंच! व्यावहारिकदृष्ट्या तिची विविध रूपं विविध कार्याला उपयोगी पडतात; म्हणून परस्पर रूपांतराची क्रिया ही फायदेशीर ठरते.

वस्तू आणि ऊर्जा यांचे परस्पर रूपांतर – (वस्तू व ऊर्जा यांच्या अविनाशित्वाचा विश्वनियम) – विज्ञान महर्षी डॉ. अल्बर्ट आइनस्टाइन यांच्या ' सापेक्षतावाद ' या संशोधित ' विश्वव्यापी तत्त्वानुसार ' वस्तू प्रकाशवेगाने हलू लागली, तर तिचे ऊर्जेत रूपांतर होते. असे विश्वसत्य आहे. त्याचे गणिती सूत्र त्यांनी पुढीलप्रमाणे दिले आहे.

ऊर्जा = वस्तुमान $\times$ (प्रकाश वेग)^{२}

वेगाने धावणारे लहान वस्तुमान – बंदुकीची गोळी, बराच विध्वंस करू शकते. जणू काही त्या गोळीचे वस्तुमानच वेगामुळे वाढते अशा स्थितीत त्या वस्तुमानाला गतिजन्य ऊर्जा प्राप्त झालेली असते; यावरून वर दिलेल्या सूत्राची थोडीशी कल्पना येईल. (पूर्ण नाही.)

अवकाशात तेजोमेघाच्या रूपाने ऊर्जा पसरली आहे. तेजोमेघात आवर्तरूपात हालचाली होऊन तारे, ग्रह इ. अवकाशस्थ वस्तू तयार होतात असे वैज्ञानिक सर्वसाधारणत: म्हणतात.

म्हणजे वस्तू आणि ऊर्जा या परस्परांत परिवर्तित होतात. याचाच अर्थ, वस्तू ही वस्तू म्हणून अस्तित्वात राहिली नाही, तर तिचे ऊर्जेत रूपांतर होते आणि ऊर्जा ही ऊर्जा म्हणून नाहीशी झाल्यासारखी वाटली तर तिचे ऊर्जेत रूपांतर झालेले असते.

यावरूनच एक विश्वनियम सिद्ध होतो. तो असा – वस्तू आणि ऊर्जा ही आइनस्टाइनच्या सूत्रानुसार परस्पर, संबंधित असल्यामुळे, ती दोन्हीही एका दृष्टीने अविनाशीच आहेत. याचाच अर्थ विश्वातील वस्तू आणि ऊर्जा यांची बेरीज सदैव स्थिरच आहे, जरी कितीही घडामोडी झाल्या तरी.

ऐकू येणाऱ्या ध्वनीला ऊर्जारूपात कामाला लावता येते.

अति उत्तरेकडच्या समुद्रात हिमनग उभे असतात. मासेमारीचा धंदा करणारे लोक छोट्या बोटीतून त्या हिमनगाच्यापासून काही अंतरावर जातात. बोटीचा भोंगा, घंटांचा ठणठणाट, तुताऱ्यांचा कर्णकर्कश्श्य आवाज यांचा एकच गोंधळ उडवून देतात. त्यामुळे हिमनगात तीव्र कंपनं निर्माण होऊन ते हिमनग फुटायला लागतात. त्यांचे मोठाले तुकडे धडाधड कोसळायला लागतात आणि त्यात गोठून बसलेले मासे समुद्राच्या पाण्यात मोकळे होतात. ते अजून जिवंतच असतात. या माशांची अमाप संख्येने मिळणारी शिकार, मासेमारीचा धंदा फार तेजीत चालवते.

ध्वनीऊर्जा ही तीव्र कंपनं निर्माण करून यंत्र–ऊर्जेत रूपांतरित होते व काम करते.

अश्रुत ध्वनी ऊर्जा (अल्ट्रा सॉनिक साउंड एनर्जी)

याचा अर्थ, मनुष्याला ऐकू न येणारा ध्वनी आणि त्यांचं ऊर्जारूप! याच ध्वनीला ' सुपर सॉनिक ' असंही नाव होतं. हा ध्वनी अत्यंत तीव्र कंपनांचा असतो. मनुष्याच्या कानाच्या श्रुतिमर्यादेबाहेर या कंपनांची तीव्रता असते.

मनुष्याच्या कानांची श्रुतिमर्यादा वीस ते वीसहजार कंपनसंख्या ही आहे. (अर्थात, ही दर सेकंदाची कंपनसंख्या आहे.) वीसापेक्षा कमी आणि वीस हजारांपेक्षा जास्त कंपनसंख्या असली तर मनुष्याला तो ध्वनी ऐकू येत नाही.

अश्रुत ध्वनी - अल्ट्रासॉनिक साउंड - हा वीसहजारांपेक्षा जास्त कंपनसंख्या असलेला असतो.

वटवाघळांची किंवा पाकोळीची दृष्टी फार अधू असते. अंधारात त्यांना त्यातल्या त्यात ठीक दिसते. जरा जास्त उजेडात ती उडू शकत नाहीत. अशा जरा जास्त उजेडात, आडव्या तारा बांधलेल्या जागेत त्यांना उडायला लावलं तर ती न अडता-अडकता व्यवस्थित उडतात. डोळे झाकले तरीसुद्धा! त्यांचे कान बंद केले तर मात्र ती अडूअडकू लागतात. याचे कारण, कान उघडे असताना उडतात, त्यावेळी ती तोंडातून अश्रुत ध्वनीची फेक करीत असतात. तो ध्वनी तारांवर आदळून परावर्तित होतो आणि त्यांना ऐकू येतो; कारण त्यांच्या कानांची श्रुतिमर्यादा वीस हजार कंपनांपेक्षा जास्त असते. त्यामुळे कान झाकल्यावर ती तारांमध्ये अडूअडकू लागतात; पण डोळे झाकल्यावरही अडत अडकत नाहीत. त्यांना एक लक्ष कंपनसंख्या असलेला ध्वनी ऐकू येतो.

अश्रुत ध्वनी - लहरी फोटोग्राफीक काचेवर छाया - चित्रित करता येतात. म्हणजेच दृश्यरूपात पाहता येतात. पूर्ण अंधार केलेल्या खोलीत अश्रुत ध्वनी - कंपन असलेल्या तेलाच्या काचपात्राच्या आणि तीव्र प्रकाशाच्यामध्ये फोटोची काच ठेवतात - एक मिनिटभर. आणि नंतर ती रसायन - द्रावणांनी धुतली की, त्या काचेवर अश्रुत ध्वनी लहरीचं छायाचित्र उमटलेलं दिसतं.

अश्रुत ध्वनी निर्माण करणाऱ्या शिट्ट्या, सध्या लंडनमधले पोलिस वापरतात. गुन्हेगार असल्याचा संशय एखाद्या माणसाबद्दल आला की, तो पोलिस ही शिट्टी फुंकतो. गुन्हेगाराला या शिट्टीचा आवाज ऐकू जात नाही; पण पोलिसी कुत्र्याला मात्र ऐकू जातो. तो धावत येतो आणि गुन्हेगाराला पकडायला तो पोलिसाला साहाय्य करतो.

अश्रुत ध्वनीलहरी जर, त्यांच्या अतितीव्र स्वरूपात एखाद्या कापसाच्या बोळ्यावर संकेंद्रित केल्या, तर कापसात होणाऱ्या तीव्र हालचालींमुळे घर्षण निर्माण होऊन जी उष्णता निर्माण होते, त्यामुळे कापूस जळू लागतो.

पहिल्या जागतिक महायुद्धाच्या वेळी पॉल लँगेविन या फ्रेंच प्राध्यापकांनी अश्रुत ध्वनीलहरींच्या पडसादांचा उपयोग करून घेण्याची कल्पना अंमलात आणली. टुलोन इथल्या नाविक केंद्रात भूमध्य समुद्राच्या काठावरच्या एका ठिकाणी आपला प्रयोग केला. अतितीव्र कंपनांचा, अश्रुतध्वनी निर्माण करणारे एक यंत्र, उपकरण त्यांनी तयार केले आणि समुद्राच्या पाण्यात बोट नेऊन त्याने प्रयोग केला. त्याने पाण्यातून पाठवलेल्या अतितीव्र कंपनांच्या अश्रुत ध्वनीलहरी पाण्यातून सरळ रेषेत गेल्या आणि

वाटेतल्या, पाण्याच्या पृष्ठभागावर न दिसणाऱ्या खडकावर आदळून, परत आल्या-परावर्तित झाल्या. या प्रयोगाच्या योगाने, पाण्याखाली दडलेल्या खडकांवर आदळण्याच्या संभाव्य धोक्यापासून, बोट वाचवण्याचे एक नवे साधन उपलब्ध झाले.

यानंतर याच वैज्ञानिकाने केलेल्या या संशोधनाचा उपयोग करून, दोन कॅनेडियन वैज्ञानिकांनी समुद्रातील धोकादायक असे हिमनग आणि पाण्याखालचे खडक कसे आणि कुठे आहेत हे शोधण्याचं कार्य करण्यासाठी अश्रुतध्वनीचं कार्यक्षम उपकरण तयार केले आणि बोटींनी त्यांचा वापर सुरू केला.

दुसऱ्या जागतिक महायुद्धात वापरले गेलेले 'सोनार' उपकरण हे याच जुन्या उपकरणाची सुधारलेली आवृत्ती होती. जर्मन पाणबुड्यांच्या ताफ्यांचा पराभव या 'सोनार' उपकरणामुळेच करता आला. 'सोनार' असलेल्या बोटीवरून पाण्यातून अश्रुत- ध्वनिलहरी पाठवण्यात येतात. वाटेत असलेल्या खडकावरून अथवा पाणबुडीवरून त्या तितक्याच तीव्रतेने परावर्तित होऊन परत येतात; दिशा न बदलता. म्हणून खडक किंवा पाणबुडी कुठे आहे ते कळते. लागलेल्या वेळावरून निश्चित अंतर कळते!

'सोनार' चा वापर करून महासागराच्या तळाची खोलीही काढता येते. उंचसखलपणाही काढता येतो.

'सोनार' चा वापर करून समुद्राच्या अंतर्गत 'माशांचा थवा' केवढा आहे, कुठे आहे, किती अंतरावर आहे, इतकंच नव्हे तर तो कोणत्या जातीच्या माशांचा आहे, हेही ठरवता येते. थव्याचा आकार आणि प्रत्येक जातीच्या माशांचा आकार यावरून.

दहा लक्ष सायकल्स इतकी तीव्र कंपनसंख्या असलेला अश्रुतध्वनी जर पाण्यातून पाठवला आणि त्या पाण्यात 'अंडं' ठेवले असेल, तर ते फुटून शिजवलेही जाते.

धातूच्या फावड्याच्या मुठीत कुठे बारीक का होईना तडा आहे का ? हे तपासायला 'रिफ्लेक्रास्कोप' या अश्रुत ध्वनिलहरी फावड्याच्या मुठीवर सोडून येणारे अश्रुत-प्रतिध्वनी तपासतात. अगदी बारीक जरी तडा असला तरीही, अश्रुत ध्वनिलहरी सूक्ष्म असल्यामुळे, त्यातून त्या पार जाऊ शकतात आणि त्या भागातून येणारा अश्रुतप्रतिध्वनी वेगळा येतो. त्यामुळे तडा किती आणि कुठे आहे, हे ओळखता येतं.

इलेक्ट्रिक वस्ताऱ्याने पाते स्वच्छ करायलासुद्धा अश्रुत ध्वनीलहरी वापरतात. ज्या द्रव्याने हे काम केले जाते, त्या द्रव्यातून अश्रुतध्वनिलहरी पाठवल्या जातात. त्यामुळे अगदी बारीकसारीक जागासुद्धा स्वच्छ होतात.

दुधामधून अश्रुतध्वनी पाठवला तर स्निग्ध पदार्थांचे, मोठाले बिंदू फुटून दुधात पूर्णपणे मिसळतात आणि दूध एकसारखे होते.

उद्योगधंद्यात अश्रुतध्वनींचा वापर, रासायनिक प्रक्रियात किंवा इतरही कारणांनी येणारा फेस लवकर फोडून, काम सुरळीत चालू राहील अशी व्यवस्था करता येते.

ॲल्युमिनियमसारख्या मऊ धातूच्या पट्ट्या एकास एक किंवा एकावर एक ठेवून जोडण्याचं

कामही, अश्रुत ध्वनिलहरींनी साधता येते. दोन धातू - चाकांच्या मधून या पट्ट्या पाठवल्या जातात. सुमारे ' वीस हजार सायकल्स इतक्या तीव्र कंपनांच्या लहरींच्या वेगाने ती चाके कंप पावत असतात. त्यामुळे अॅल्युमिनियमच्या पट्टीतले धातुस्फटिक एकमेकांत मिसळून, एक रेणुबंधन दोन पट्ट्यांत तयार होतें आणि पट्ट्या एकत्र जोडल्या जातात.'

स्वयंचलित वाहनांच्या टायरमधला दोषही अश्रुत ध्वनिलहरींच्या वापराने शोधला जातो, टिपता येतो.

न मिसळणाऱ्या दोन द्रव पदार्थांचं इमल्शन - मिश्रण करणे, तसेच न मिसळणाऱ्या धातूचा मिश्रधातू तयार करणे, इत्यादी कामे अश्रुत ध्वनीने साधता येतात.

धुराड्यातून बाहेर पडणाऱ्या धुरातले कण एकत्र गठ्ठा करून धूर स्वच्छ करणे अणि फक्त उष्ण वायू बाहेर जाऊ देणे आणि आसमंतातली हवा स्वच्छ ठेवणें, यालाही अश्रुत ध्वनीचा उपयोग होतो. धुकं घालवण्यासाठी त्यातले बारीक जलबिंदू एकत्र आणून मोठे जलबिंदू तयार करण्यासाठी आणि त्या योगाने विमानतळ आणि बंदरं इथली हवा स्वच्छ ठेवण्यासाठीही यांचा उपयोग होतो.

काही रासायनिक प्रक्रियांसाठी या लहरींचा उपयोग होतो.

आंधळ्या माणसांना रस्त्यातून चालताना किंवा कुठेही हिंडताना वाटेतल्या अडथळ्यांचा त्रास होऊ नये आणि कुठल्याही वस्तूंना अडखळून इजा होऊ नये म्हणून, एक उपकरण तयार केले गेले, इ.स. १९५० या वर्षी अमेरिकेतील वस्तुवैज्ञानिकांनी हे उपकरण तयार केले. आंधळ्यांच्या - हातातल्या काठीला (फिरायला जायच्या) ते बसवता येते. ती काठी घेऊन चालत जात असताना. त्या उपकरणातून अश्रुत ध्वनींच्या लहरी फेकल्या जातात. वाटेतल्या वस्तूंवर आदळून त्यांचा अश्रुत प्रतिध्वनी हा काठीतल्या किंवा कपड्यातल्या ग्राहक-उपकरणाकडून घेतला जातो आणि त्यांच्या ऊर्जेचे रूपांतर विद्युतलहरीत होऊन तारांच्या मार्फत आंधळ्याच्या कानात बसवलेल्या मायक्रोफोन मधून ऐकू येईल अशा ध्वनीरूपात परिवर्तित होऊन पोहचतो. त्यामुळे आंधळ्याला वाटेतल्या वस्तूंना ठेचकाळायला न होता, तो सहज चालू शकतो.

रोगजंतूना मारणे, मासे मारणे, बेडूक व उंदीर मारणे, हे कार्य या अश्रुत ध्वनिलहरींनी सहज करता येतं, इतक्या तीव्र ऊर्जेच्या या अश्रुतध्वनी-लहरी असतात.

शरीरावरील शस्त्रक्रियेऐवजीसुद्धा, शरीराच्या आतील रोग नष्ट करायला, या ध्वनिलहरींचा उपयोग करता येतो. पित्ताशयात झालेले पित्ताचे खडे फोडून चूर करायला, पोट न कापता बाहेरून, फेकलेली या अश्रुत ध्वनिलहरींची शलाका पित्ताशयाच्या आतील भागात प्रवेश करून, हे कार्य सहज करू शकते. शरीराच्या पेशींना या लहरींचा त्रास होत नाही. किडनीत मुत्राशयात झालेले मुतखडे असेच चूर करून बाहेर काढून टाकता येतात.

कुत्रा किंवा मांजर यांच्यावर प्रयोग करून बघितल्यावर असं लक्षात आलं की, मेंदूतले रोग नष्ट करायलासुद्धा अश्रुत ध्वनिलहरींचा उपयोग होऊ शकतो.

अश्रुत ध्वनिलहरी इतक्या तीव्र कंपनांच्या धातुपट्टीवर बसवलेल्या काचेच्या कांडीचे, जर

निमुळते टोक वरच्या बाजूला ठेवले आणि त्याच्यावर टेकून लाकडी पट्टी ठेवली, तर या लहरींच्या ऊर्जेमुळे निर्माण झालेल्या उष्णतेचा परिणाम होऊन लाकूड जळते आणि त्या पट्टीला काचेच्या कांडीच्या टोकांनी भोक पडते.

इतकंच कशाला अशा लहरींच्या मार्गात माणूस फार वेळ उभा राहिला, तर त्याला गोंधळल्यासारखे होऊ लागते. तो उदास होतो आणि त्याचा स्वत:च्या हालचालींवरचा ताबाच थोडावेळ तरी नाहीसा होतो.

ध्वनीपासून रक्षण– साउंड प्रूफिंग

ध्वनि–प्रदूषण– आसमंत ध्वनीमुळे प्रदूषित होतो. काही अंशी हे प्रदूषण अटळ आहे. म्हणजे काही मर्यादेपर्यंत हे प्रदूषण त्रासदायक ठरत नाही. तरी व्यावहारिक जगातील सातत्याने ऐकू येणाऱ्या ध्वनीपासून दूर जाऊनच ध्यानधारणा, तपश्चर्या करण्यासाठी ऋषि–मुनीना डोंगर, पर्वत, एकांत, केवळ निसर्ग अशाच परिसरात जावे लागले. तिथे फक्त नैसर्गिक आणि फक्त माणसाला ऐकू येणारे आवाज असतात आणि तेही बरेच कमी. चित्त एकाग्र करायला आड न येणारे असे.

पण मनुष्य वस्तीत ध्वनी हा परस्पर संपर्काच्या दृष्टीने अटळ आहे. मनुष्य वस्तीची पराकाष्ठा शहरात होते. तिथे वाहने, कारखाने, माणसांची गजबज यांच्या ध्वनीमुळे प्रदूषणाचीही पराकाष्ठा होते.

अनेक प्रकाराच्या प्रदूषणात ध्वनि–प्रदूषण फार मोठ्या प्रमाणात आता जाणवू लागले आहे. माणसाच्या श्रवण यंत्राची–कानांची संवेदनक्षमता फारच कमी झाली आहे. म्हणून–

साउंड प्रूफिंग या सुविधेची आवश्यकता आहे.

एक साधी सोपी पद्धती म्हणजे, कापसाचा बोळा ओला करून किंवा व्हॅसेलीनमध्ये बुडवून नंतर कानात घालून ठेवणे. मेणाच्या मऊ गोळ्याचा उपयोगही याच्यासाठी करता येतो. काही सुविधांमध्ये नेहमीचे आवाज ऐकू यावे, पण बधिर करणारे आवाज मात्र तसेच ऐकू येऊन त्रास होऊ नये, अशी योजना केलेली असते.

काही वेळेला सतत ऐकू येणाऱ्या आवाजाचा अनिष्ट परिणाम टाळण्याची आवश्यकता असते; कारण ध्वनि सातत्याचा परिणाम म्हणजे आवश्यक ते आवाज ऐकण्यासाठी एकाग्रतेनं प्रयत्न करावे लागतात आणि त्यामुळे कानांची दमणूक होते आणि श्रवणक्रिया नीट होण्याच्या बाबतीत फार अडथळे येतात.

असा सतत ऐकू येणारा आवाज जर एकाच स्थानावरून ऐकू येत असला तर, आवाज न करणारी यंत्रणा किंवा आवाज कमी करणारी यंत्रणा तिथे बसवणे, ही उपाययोजना शक्य आहे. भिंतीवर, जमिनीवर किंवा छपराच्या आतल्या भागावर आवाज शोषणारे पृष्ठभाग असलेल्या वस्तू लावून, हा आवाज कमी करण्याचा परिणाम साधता येतो.

यासाठीच ध्वनीच्या बाबतीत तज्ज्ञ असलेल्या इंजिनिअर्सकडून (अॅकॉस्टिकल इंजिनिअर्स) इमारतींची बांधणीच विशिष्ट पद्धतीची करून घेता येते. या विशिष्ट क्षेत्राचा प्रथमप्रेरक आहे, हार्वर्ड विद्यापीठाच्या पदार्थ विज्ञान विभागातील, वॉलेस सी. सॅबाइन (Wallace C. Saibne) या पद्धतीत आवश्यक ध्वनी स्पष्ट ऐकू येणे आणि अनावश्यक ध्वनी शोषून नष्ट करणे, यासाठी वैज्ञानिकदृष्ट्या अभ्यास केलेला आहे.

पक्ष्यांचे ध्वनिश्रवण विशेष

पक्ष्यांना, ध्वनी ऐकण्याच्या दृष्टीने, विशेष क्षमता, त्यांच्या शरीररचनेतच असते. अंधारातही आपले भक्ष्य पकडता यावे, यासाठी निसर्गानेच घुबडांचे श्रवणेंद्रिय अत्यंत संवेदनाक्षम केलेले आहे. वुडकॉक आणि रॉबिन (परदेशी नाव असलेले) हे पक्षी जमिनीत असलेल्या गांडुळांचा अगदी सूक्ष्म असा आवाज बरोब्बर ऐकू शकतात आणि आपले भक्ष्य मिळवतात. पक्ष्यांना अनेकविध तीव्रता असलेले आवाज स्पष्टपणे वेगवेगळे ऐकण्याची क्षमता असते. नकल्यापक्षी, कॅटपक्षी यांच्यासारखे पक्षी अगदी साधे स्वरसुद्धा आवाजाच्या गोंधळातून वेगळे काढून, त्यांची नक्कल करू शकतात.

सॅलॅमॅन्डर ह्या प्राण्याला ऐकू येते ते वेगळ्याच प्रकाराने. जमिनीत निर्माण होणारी कंपने त्याच्या पायातून खांद्याच्या हाडापर्यंत आणि तिथून कानापर्यंत पोहचतात आणि त्याला ऐकू येते.

कीटक आणि ध्वनी – टोळाची आवाज करण्याची पद्धती विशिष्ट आहे. पुष्कळशा टोळ्यांच्या मागच्या पायाच्या वरच्या भागाच्या आतल्या पृष्ठभागावर एक जरा उचललेला असा तीक्ष्ण उंचवटा असतो. हा उंचवटा एकसारखा किंवा काटेरी असतो. आवरणावर जरा वर आलेली एक शीर असते किंवा पुढच्या पंखावरही असते. जेव्हा टोळ आपले पाय या शिरेवर घासतो तेव्हा तो आवाज होतो, तो टोळाचा आवाज. प्रत्येक वेगळ्या जातीच्या टोळाचा हा आवाज वेगळा असतो. नीट वाढ पूर्ण न झालेल्या टोळ्यांना पंख नीट नसल्याने हा आवाज करता येत नाही.

टोळांच्या काही जाती, जमिनीच्या काही मीटर उंचीवर उडताना, मागल्या पंखाची पुढची कड या शिरेवर घासून 'क्लिक्' किंवा 'क्लॅक्' असा आवाज काढतात. कधी कधी हा आवाज कुणालाही दचकवेल एवढा मोठा असतो. टोळांचे हे गाणे फक्त नरांना जमते. मादीला बोलावण्यासाठी ते असते. श्रवणेंद्रिय हे नर व मादी या दोघांनाही असते. हे श्रवणेंद्रिय त्यांच्या पोटाच्या दोन बाजूंवर असते.

ढेकणासारखे कीटक हे आपल्या शरीराचा एक भाग दुसऱ्या भागावर घासून आवाज करू शकतात असा आवाज निर्माण करणारी उपकरणे त्यांच्या शरीरात, वेगवेगळ्या जातीत वेगवेगळ्या ठिकाणी असतात.

पाद्राकिडा या कीटकात त्यांच्या पोटाखाली एक खोबण असलेला भाग असतो आणि मागल्या पायावर उंचवटे असतात. हे उंचवटे त्या खोबणीत घासून हे कीटक मंद असा आवाज काढतात.

मुंग्यांच्या काही जातींना ऐकण्याचे इंद्रिय आहे, असे मानले जाते; कारण एकमेकांत संपर्क ठेवण्यासाठी त्या विशिष्ट ध्वनी काढू शकतात. ' मिर्मिका रूब्रा ' नावाची मुंगी ही कानशीसारख्या एका अवयवाने पोटावर घासून आवाज काढते. ' पॉलिहर्चिस जातीची मुंगी झाडाच्या पानावर आपले डोके आपटून आवाज काढते.'

एक ॲसामीस जातीची मुंगी पोटाचे टोक, आपल्या घरट्याच्या वाळक्या पानांवर घासून आवाज काढते.

' बहुरत्ना वसुंधरा ' हेच खरे.

लोहचुंबक आणि स्थिरविद्युत

लोडस्टोन – लोहचुंबक. हा नैसर्गिक आहे. तो विविध संस्कारांनी लोखंड आणि पोलाद यांना आपली चुंबकीय शक्ती देऊ शकतो. हा केवळ सान्निध्यानं, स्पर्श करून, घर्षणाने लोखंड किंवा पोलाद यांना ही चुंबकीय शक्ती प्राप्त करून देऊ शकतो. पोलादाला मिळालेली चुंबकीय शक्ती कायमची असते. हातोडीचे घाव, तापवण्याची क्रिया इत्यादींमुळे लोखंड व पोलाद यांच्यातली चुंबकीय शक्ती नष्ट होते. सिंदबादच्या सफरीत एका खडकाकडे जहाजं ओढली जाऊन आपटून फुटत, असा उल्लेख आहे. तो बहुधा लोहचुंबकाच्या खडकाचा असावा. जहाज बांधणीत, नैसर्गिक लोहचुंबकाचा परिणाम होऊ नये म्हणून, लोखंडी खिळ्याऐवजी तांब्याचे खिळे वापरत असत असं म्हणतात. अर्थात, खरे खोटे तपासावे हे योग्य. खेळणीसुद्धा लोहचुंबक वापरून तयार करतात. ती चमत्कृतीपूर्ण असतात. कृष्णाची मूर्ती समोर आणली की राधा फिरून समोर येते आणि कंस फिरून राधेआड जातो, अशासारख्या खेळण्यात लोहचुंबकाचा वापर असतो, इतकेच कशाला, अर्धांगवायू झालेल्या माणसाला बरं करायला, 'लोहचुंबकीय वैद्यक उपचार पद्धती' हल्ली मोठ्या प्रमाणावर वापरू लागले आहेत. कारखान्यात घट्ट ठोकलेले खिळे झटकन् काढायला, प्रचंड मोठा लोहचुंबक वापरतात, असेही म्हणतात.

म्हणून लोहचुंबक ही गमतीशीर खेळण्यासारखी गोष्ट आहेच.

पण प्रवाही विद्युत आणि लोहचुंबकीय यांचेही परस्पर नाते, हे माणसाच्या उपयोगी पडते, ते विद्युत जनित्र, विद्युत चक्की, या रूपात! तेही उद्योगधंदे आणि सुविधा यासाठी. माणसाला लोहचुंबकांचं आकर्षण आहे, ते या त्याच्या उपयुक्ततेमुळेही. पृथ्वी हासुद्धा प्रचंड चुंबक आहे हे चुंबकसुई उत्तर दक्षिण राहते यावरूनही जाणवते.

दक्षिण-उत्तर व धन-ऋण

लोहचुंबकाला जसे दोन ध्रुव उत्तर व दक्षिण, तसेच स्थिरविद्युतच्या बाबतीतही दोन ध्रुव. एक धनविद्युदाग्र आणि दुसरा ऋणविद्युदाग्र. काचेची नळी रेशमावर घासली की काचेची नळी धनविद्युतप्रभारित होते. लोकरीने एबोनाइटवर घासले की एबोनाइट ऋणविद्युत प्रभारित होते, हे का होते तर अणूतले सहज वेगळे होणारे इलेक्ट्रॉन बाजूला काढले जातात, एबोनाइट लोकरीपासून ते घेते आणि काच रेशमाला ते देते. म्हणजे लोकर धनविद्युत प्रभारित व रेशीम ऋणविद्युत-प्रभारित होतात. लोहचुंबकाप्रमाणे सान्निध्य, स्पर्श आणि घर्षण यांचे परिणाम स्थिरविद्युतच्या बाबतीतही आहेत. प्रयोगाचे प्रकारही तसेच आहेत. प्रयोग सोपे आहेत. रंजकही आहेत.

स्थिरविद्युत प्रथम बेंजामिन फ्रॅन्कलिनने ढगातून जमिनीवर आणली आणि तिचे अस्तित्व जाणवून दिले. ढगात चमकणारी वीज म्हणजे स्थिरविद्युतचा आविष्कारच आहे. ऋणविद्युत्‌चे अस्तित्व जर जाणवले तर धनविद्युत्‌निर्मिती त्याचवेळी झाली आहे असे समजावे. लोहचुंबकापेक्षा थोडे वेगळेपण म्हणजे हे प्रभार वेगवेगळ्या अस्तित्वात टिकू शकतात. एखादी वस्तू केवळ एक प्रकारच्या प्रभाराने प्रभारित करता येते. लोहचुंबकाच्या बाबतीत असे सहसा होत नाही, शक्य नसते. लोहचुंबकाचे अणूतील इलेक्ट्रॉनवर परिणाम होतात.प्रवाही विद्युत हा स्थिरविद्युतचाच एक आविष्कार आहे, त्यामुळे तिचेही नाते लोहचुंबकाशी आहे, हे लक्षात ठेवावे.

लोहचुंबक

सुमा : बाबा ! आम्ही आज एक गंमत पाहिली. गणपती- लोखंडी, शेंदरी रंगाचा होता.तो एका कपाटाला चिकटवून बसवला होता. कसा हो चिटकवला होता तो ?

मी : तू गणपती पाहिलास की आणखी एखादा दुसरा पदार्थ ?

अंजू : नाही. गणपती होता तो. दुसरीकडे मी साईबाबासुद्धा असा चिकटवलेला पाहिला होता.

त्यात काय जादू आहे ?

मी : जादूबिदू काही नाही. त्या गणपतीच्या पाठीला एक लोहचुंबक बसवलेला असतो. त्यामुळे तो लोखंडाला चिकटतो.

सुमा : लोहचुंबक कशाचा केलेला असतो ?

मी : तो पण लोखंडाचा किंवा पोलादाचा असतो.

अंजू : मग तो चिकटतो कसा ?

मी : लोखंड व पोलादाच्या अंगी तो गुण आणता येतो.

समीर : फक्त लोखंडाप्रमाणेच कोबाल्ट अथवा निकेल या धातूमध्येही हा गुण येऊ शकतो.

अंजू : पण ही कल्पना कशी सुचली ?

मी : कल्पना फार जुनी आहे. आशिया मायनर या प्रांतातील धनगर हातात काठ्या घेऊन जात. त्या झिजू नयेत म्हणून टोकाला लोखंडाचे-वेढणे, टोपण बसवीत. एकदा काय झाले. जाताना त्यांनी खडकावर काठी टेकवली; तर काठीचे लोखंडी टोक खडकाला चिकटले. त्यांना आश्चर्य वाटले. त्यांनी तिथले खडकाचे तुकडे, दगड जमा केले व त्यांची काळजीपूर्वक तपासणी केली. तेव्हा त्यांना असे आढळले की, ते लोखंडाला आकर्षित करून घेतातच, पण जर हवेत ते लोंबते सोडले तर त्यांची टोके, तोंडे नेहमी दक्षिणोत्तर असतात.

समीर : म्हणजे हा शोध धनगरांनी लावला म्हणा ना!

मी : हा गुणधर्म बरीच वर्षे लोकांना माहिति होता. इ. स. पूर्वी २४०० वर्षे तरी चिनी लोकांना याची माहिती होती. तार्तरी मैदानातून प्रवास करताना दक्षिण-उत्तर समजण्यासाठी ते याचा उपयोग करीत.

सुमा : दिशा समजायला काय अवघड असते. सूर्य उगवतो ती पूर्व-तिच्या उजवीकडे दक्षिण व डावीकडे उत्तर.

अंजू : अगं, रात्री कशी समजणार तुझी-पूर्व आणि ढग असतील तेव्हा नाही दिसणार तारे की नाही दिसणार ध्रुव. प्रत्येकाला कोठे ताऱ्यांची माहिती असणार ?

समीर : आणि समुद्र प्रवासात जहाजांना नको का दिशा समजायला ?

मी : अरे हो, हो ! तुमचे म्हणणे बरोबर आहे. दक्षिण-उत्तर दिशा दाखवणे हा चुंबकाचा महत्त्वाचा गुणधर्म आहे. म्हणूनच त्याला इंग्रजीमध्ये 'Lode Stone-Leading Stone' ' मार्गदर्शक दगड ' म्हणतात.

अंजू : पण हा लोखंडापासून तयार कसा करतात ?

मी : लोखंडापासून नाही. लोखंड किंवा पोलाद असते, त्याच्यावर क्रिया करून हा गुणधर्म आणता येतो. लोखंडाचा खिळा घेऊन त्याच्यावर चुंबक एकाच दिशेने थोडा वेळ घासला तर त्या खिळ्याच्या अंगी हा गुणधर्म येतो. लोखंडाऐवजी पोलाद वापरले तर त्याचा चुंबक बरेच दिवस टिकतो.

अंजू : म्हणजे ही शक्ती काही वेळाने कमी कमी होत जाते ?

मी : होय. लोखंडाचे दोन मुख्य गुणधर्म. एक दक्षिण उत्तर दिशा दाखवणे व दुसरा लोखंडाला आकर्षित करून घेणे.

प्रयोग

एक चुंबकपट्टी घ्या व दोरीने बांधून हवेत अधांतरी राहू द्या. कशीही फिरवली तरी तेच टोक उत्तर दिशा दाखवते व दुसरे अर्थात दक्षिण दिशा. उत्तर दिशा दाखवतो तो उत्तर ध्रुव त्याच्या विरुद्ध टोक म्हणजे दक्षिण ध्रुव (North and South Pole).

समीर : म्हणजे प्रत्येकाला दोन ध्रुव असतातच ? ते ओळखण्यासाठी त्याच्यावर 'उत्तर' व 'दक्षिण' असे दाखवलेले असते.

मी : होय. आता ह्या चुंबकाचा एक ध्रुव लोखंडाच्या चुकाजवळ (Filings) आणा. पहा – त्या कशा ध्रुवाला चिकटतात. आता दुसरा ध्रुव त्यांच्याजवळ आणून पहा. त्यालाही चिकटतात. म्हणजे लोखंडाला आकर्षित करण्याची शक्ती दोन्ही ध्रुवांजवळ असते.

अंजू : लाकडाचा भुसा, कागदाचे तुकडे, कचरा यामधून जर त्यात मिसळलेल्या लोखंडाच्या चुका वेगळ्या काढायच्या असतील तर लोहचुंबक उपयोगी पडेल म्हणा की.

मी : होय ना. त्याला फक्त लोखंडाच्या चुकाच चिकटतील.

सुमा : मला असे विचारायचे आहे-दोन चुंबक एकमेकांजवळ आणले तर, ते एकमेकांना चिकटत असतीलच, नाही का ?

मी : या प्रश्नाचे उत्तर 'नाही' आणि 'होय' असे आहे. कारण त्याला दोन ध्रुव असतात. एक उत्तर ध्रुव व दुसरा दक्षिण ध्रुव. मागच्या प्रयोगासारखाच एक लोहचुंबक टांगून ठेवा. स्थिर झाला की तो उत्तर-दक्षिण दिशा दाखवेल. आता दुसरा एक लोहचुंबक घ्या. त्याचा उत्तरध्रुव याच्या उत्तर ध्रुवाजवळ आणा. (उत्तर ध्रुव ओळखण्यासाठी N व दक्षिणसाठी S अशी अक्षरे त्याच्यावर असतात) आकर्षण दिसले का ? नाही. ते एकमेकांना अपसारतात, दूर ढकलतात (Repel) तीच गोष्ट दक्षिण ध्रुवाजवळ दक्षिण ध्रुव आणला तर होते; यावरून समान (Like) ध्रुव अपसारतात हा नियम. याच्या उलट, एकाच्या उत्तर ध्रुवाजवळ दुसऱ्याचा दक्षिण ध्रुव आणला की ते एकमेकांना आकर्षितात (Attract). तीच गोष्ट एकाचा दक्षिण व दुसऱ्याचा उत्तर यामध्ये. यावरून असम (Unlike) ध्रुवांमध्ये आकर्षण असते हा दुसरा नियम.

अंजू : मला अजून लक्षात येत नाही. नुसते दुसऱ्या चुंबकाने घासल्यामुळे साध्या लोखंडात हा गुणधर्म कसा येतो ?

मी : त्याबाबत असा एक सिद्धान्त सांगतात की लोखंडाचा प्रत्येक तुकडा मग तो साधा असो किंवा चुंबकाचा, (Molecules) रेणूंचा बनलेला असतो-त्यापैकी प्रत्येक रेणू हा लहानसा चुंबकच असतो व त्याला दोन ध्रुव असतात. पण त्यांची रचना विस्कळीत असते. ते बंदिस्त (Closed) समुदायात (Group) असल्याने ती गुप्तच राहते; पण त्यांच्यावर लोहचुंबक

घासला तर त्यांची रचना बदलते व एका शक्तीचे टोक एका दिशेला व दुसऱ्या शक्तीचे उलट दिशेला अशी रचना होते.

अंजू : पण मग चुंबकशक्ती टोकालाच एकत्रित होते का ?

मी : एकत्रित होत नाही. दोन्ही टोकाला जास्त असते व जसजसे मध्याकडे जावे तशी कमी होत जाते.

उदा. लोखंडाचा कीस (Filings) घेतला व त्यात लोहचुंबक ठेवला तर दोन्ही टोकांना किसांचा झुबका चिकटलेला आढळेल व मध्याकडे ते कमी आढळतील.

सुमा : या तुमच्या म्हणण्याप्रमाणे लोहचुंबकाचे दोन भाग केले तरी प्रत्येक भाग चुंबकच राहणार व त्याला दोन ध्रुव असणारच ना ?

मी : होय, तुझे म्हणणे बरोबर आहे आणि प्रत्येक तुकड्याला दोन ध्रुव असतातच त्याचा एक ध्रुव वेगळा काढता येत नाही.

समीर : लोहचुंबकाचा आकार पट्टीप्रमाणेच असतो का आणखी काही आकार असतात.

मी : मुख्यत्वे ती तीन आकारात असतात. –

१) पट्टी (Bar) २) सुईचा आकार (Needle) ३) नाल (Horse Shoe)

समीर : लोहचुंबक लोखंडाच्या पट्टीवर घासला असता लोखंडाच्या अंगी लोहचुंबकाचे गुणधर्म येतात ना – पण घासण्याची काही विशेष पद्धत आहे का ?

मी : हो ना ! बरा प्रश्न विचारलास. पट्टीच्या कडेवर एक ध्रुव टेकवून तो पट्टीवर घासत दुसऱ्या टोकाकडे न्यायचा. कडेला गेल्यावर उचलून पुन्हा पहिल्या टोकाकडे आणून घासायचे. दुसऱ्या पट्टीच्या मध्यावर दोन चुंबक त्यांचे परस्पर विरुद्ध ध्रुव एकमेकांजवळ ठेवून पट्टीवर दोघांनी एकदम घासायचे. पट्टीच्या मध्यापासून सुरुवात करून कडेपर्यंत जायचे, उचलायचे पुन्हा मध्यावर... अशा रीतीने लोहचुंबक तयार करायचा.

अंजू : पण याच्या अंगी चुंबकत्व आले आहे, हे कसे ओळखायचे ?

समीर : त्यात काय अवघड आहे. लोहचुंबक दुसऱ्या चुंबकास आकर्षित करून घेतो ना ?

मी : चुंबकाच्या विरुद्ध ध्रुवाला आकर्षितो हे बरोबर–तसेच तो नुसत्या लोखंडालाही आकर्षितो. तेव्हा ' आकर्षण ' ही चुंबकाची कसोटी नाही. ' अपसरण ' ही चुंबकाची कसोटी आहे. एक टोक आकर्षिले गेले, ठीक आहे. दुसरे टोक जवळ आणा. अपसरण झाले तरंच चुंबक बनला. नाही तर नाही! अपसरण ही चुंबकत्वाची कसोटी आहे.

अंजू : या दोन प्रकारांनीच चुंबक तयार करता येतात ?

मी : एक लोखंडाचा खिळा घ्यावा. त्याच्याभोवती तांब्याची तार गुंडाळावी. तारेची दोन टोके बॅटरीच्या दोन बटणांना जोडावीत. आता त्या खिळ्याजवळ चुंबकीय सुईचे दोन्ही ध्रुव आलटून-पालटून आणा. पहा अपसरण झाले का ? विद्युत-प्रवाहामुळे खिळ्याच्या अंगी चुंबकत्व आले. प्रवाह बंद केल्यावर ते नाहीसे होते. वरील प्रयोगात पोलादी सुई वापरली

तर चुंबकत्व सुईत टिकून राहते.

सुमा : चुंबकत्व किती दिवसांपर्यंत टिकून राहते.

मी : लोहचुंबक व्यवस्थितपणे लाकडी पेट्यांत ठेवले तर बरेच दिवस राहते. ते राहवे म्हणून परस्पर विरुद्ध ध्रुव जोडणारे – लोखंडाचे तुकडे बसवलेले असतात. लोहचुंबक व चुंबकसुई (Magnetic Needle) एकमेकांपासून दूर ठेवावे. चुंबक सुईवर हवेचा परिणाम होऊ नये म्हणून ती काचेच्या पेटीत ठेवावी. चुंबक सुईचा उपयोग विशेषकरून होकायंत्रात करतात. प्रत्येक बोटीवर, विमानात ती असतेच! बोटीच्या लोखंडी भागांचा तिच्यावर परिणाम होऊ नये याची खबरदारी घ्यावी लागते. तसेच बोट कशीही हलली तरी चुंबक सुई समपातळीत रहावी अशीही व्यवस्था असते. तिच्या खाली एक वर्तुळाकार कागद बसवलेला असतो. त्याच्यावर मुख्य दिशा (४) व उपदिशा (४) अशा आठ खुणा असतात.
खलाशांना या उपकरणाचा फार उपयोग होतो.

अंजू : मला असं म्हणायचंय, की लोहचुंबक दक्षिण–उत्तर दिशाच का दाखवतो ? पूर्व–पश्चिम का नाही ?

मी : अरे बापरे, तू तर आता शास्त्रज्ञासारखा विचार करू लागलीस. पूर्वी अशी कल्पना होती की चुंबकाच्या शक्तीचे कारण–पृथ्वी बाहेरील असावे–ध्रुव ताऱ्यामुळे तो उत्तर दिशेकडे ओढला जात असावा, परंतु इ. स. १६०० मध्ये गिल्बर्ट नावाच्या शास्त्रज्ञाने असे दाखवून दिले की, पृथ्वी हीच स्वत: मोठ्या लोहचुंबकासारखी आहे. जणू काही तिच्या पोटात एक मोठा लोहचुंबक असावा व त्याचा अक्ष दक्षिणोत्तर, भौगोलिक उत्तर दक्षिण अक्षाशी जुळणारा असावा. आपण लोहचुंबकाच्या दक्षिणोत्तर दिशांबद्दल असा खुलासा करू शकू.

समीर : पण मग पृथ्वीचा चुंबकीय उत्तर ध्रुव हा चुंबकाच्या उत्तर ध्रुवाचे अपसरण करणार नाही का ? समान ध्रुवांमध्ये अपसरण होते ना !

मी : अरे, नियम बरेच लक्षात ठेवले आहेस की, बरोबर आहे. पण पहिल्यांदा चुंबकाचा शोध; आणि मग त्याचे कारण शोधकांना ‘ पृथ्वी हा चुंबक असावा ’ असा विचार मनात आला ना ! चुंबकाच्या उत्तर दिशा दाखवणाऱ्या टोकाला ‘ उत्तर ध्रुव ’ म्हटले आहे. ते कसे बदलायचे हे एक कारण; तो तर प्रत्यक्ष उत्तर दिशा दाखवतो. मग कल्पना अशी केली की पृथ्वीच्या उत्तर भागात असणाऱ्या चुंबकीय भागाच्या अंगी दक्षिण ध्रुवाचे गुणधर्म असावेत.

अंजू : जर पृथ्वी–चुंबक दक्षिण–उत्तर दिशा दाखवत असेल तर, त्याचे एक टोक पृथ्वीच्या भौगोलिक उत्तर ध्रुवापाशी व दुसरे दक्षिण ध्रुवापाशी असते का ?

मी : नाही. ते एकमेकांजवळ नाहीत. एवढी माहिती पुरे.

समीर : बरं! पण एक प्रश्न. पृथ्वीचे चुंबकत्व कशामुळे आले आहे असे शास्त्रज्ञांचे मत आहे ?

मी : चुंबक कसे तयार करतात हे सांगताना विद्युत चुंबकाचा प्रकार सांगितला आहे. तशाच प्रकारे पृथ्वीच्या अंगी चुंबकीय शक्ती आली असावी.

अंजू : बाप रे ! म्हणजे आपल्याभोवती विद्युत प्रवाह वाहतो काय ?

मी : घाबरू नकोस. आपल्याभोवती नाही. पण पृथ्वीपासून खूप उंचीवर विद्युत भारित अत्यंत सूक्ष्म परमाणू (Ions) असावे व त्यांना पृथ्वीच्या भ्रमणामुळे (वर्तुळाकार) गती मिळत असावी व त्यामुळे जणू काही विद्युतप्रवाह पृथ्वीभोवती वाहत आहे. त्यामुळे असा परिणाम दिसत असावा.

अंजू : ठीक. आता फक्त दोन शंका.

मी : अजून शंका आहेतच का ? बोला.

अंजू : चुंबकाची शक्ती त्याच्यापासून किती अंतरापर्यंत असते व समजा आपण कार्डबोर्डच्या खोक्यात चुंबक ठेवला तर त्याची शक्ती खोक्याबाहेर दिसू शकते का ?

मी : त्यासाठी आपण एक छोटासा प्रयोग करू हं! एक चुंबक घेऊ या तो कागदावर ठेवू. त्याच्यावर लोखंडाचा कीस पसरू. कागदाला हळूहळू टिचकी मारली असता – लोखंडाचा कीस कसा पसरतो ते पहा व किती अंतरापर्यंत तो पसरू शकतो हे पाहिल्यानंतर चुंबकाच्या शक्तीची सीमा कळेल. अर्थात, चुंबक जोरदार असेल तर जास्त अंतरापर्यंत कीस पसरू शकतो; पण त्याच्या शक्तीला मर्यादा असतात.

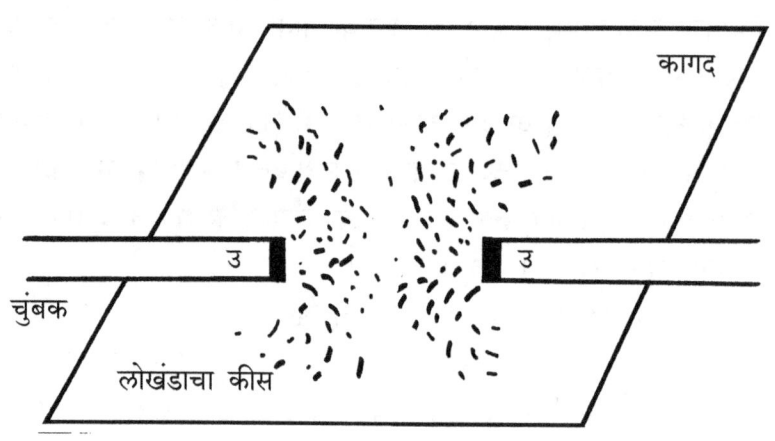

आकृती क्र. १८: सजातीय ध्रुवांमुळे प्रतिसारण

दुसऱ्या प्रश्नाच्या उत्तरासाठी पण प्रयोग करू.

अ) एक कार्डबोर्डची पेटी किंवा प्लॅस्टिकची थाळी घ्या. तिच्यात लोखंडाच्या लहान-मोठ्या गोळ्या ठेवा. पेटी किंवा थाळीखालून चुंबक ध्रुव फिरवा. त्याच्यामुळे गोळ्यांवर काय परिणाम होतो ? चुंबकाच्या हालचालींमुळे गोळ्यांचीही हालचाल होते.

ब) काचेखाली एक खिळा ठेवा. काचेवरून चुंबक ध्रुव फिरवा. मध्ये काच असली तरी चुंबकीय शक्तीचा परिणाम खिळ्यावर होतो.

वरीलप्रमाणेच पाण्यातून ही शक्ती कार्य करते असे आढळेल. – आणि निर्वात प्रदेशांतून पण !

सुमा : माझ्या मैत्रिणीने एक लोहचुंबक आणला होता. त्याला एक बारका खिळा चिकटला, आणि दुसरा एक खिळा पहिल्या खिळ्याजवळ आणला तर तो त्या खिळ्याला चिकटला. अशी खिळ्यांची माळ झाली.

अंजू : काहीतरी काय सांगतेस, पहिला खिळा चुंबकाला चिकटला हे बरोबर पण त्या खिळ्याला दुसरा कसा चिकटेल ? तो थोडाच लोहचुंबक आहे. हो ना ?

मी : सुमा म्हणते ते बरोबर आहे. खिळा चिकटला की त्याच्या अंगांत तात्पुरती चुंबकीय शक्ती येते. तिला प्रवर्तित (Included) चुंबकत्व म्हणतात; आणि चुंबकापासून वेगळी केली की खिळ्यांची माळ कोसळते व ते पुन्हा साधे खिळेच असतात.

अंजू : त्यांच्या अंगी तात्पुरते ध्रुव सुद्धा येतात ?

मी : उघडच आहे. चुंबकाचा जो ध्रुव खिळ्याला आकर्षितो त्याच्या विरुद्ध ध्रुव, खिळ्याचे जे टोक चिकटते, त्या ठिकाणी असतो व दूरच्या टोकाला चुंबक ध्रुवासारखाच ध्रुव असतो.

अंजू : चुंबकाची शक्ती आपण लोखंडाचा कीस वापरून मोजतो. दोन लोहचुंबकाचा एकमेकांवर होणारा परिणाम – आकर्षण वा प्रतिसारण त्याने (लोखंडाच्या किसाने) पाहता येते का ?

मी : हो – एकदा सजातीय (समान) ध्रुव एकमेकांकडे म्हणजे दोघांचे उत्तर ध्रुव एकदा विरुद्ध दक्षिण व उत्तर एकमेकांकडे ठेवून पाहू. कागदावर खालीलप्रमाणे चुंबक ठेवा. लोखंडाचा कीस पसरा व कागदावर टिचकी मारा.

नालाकृती लोहचुंबकाच्या बाबतीत चुंबकीय (बल) शक्ती रेषा उत्तर ध्रुवाकडून निघून दक्षिण ध्रुवाकडे जातात असे आढळेल. ध्रुवाजवळ त्यांची एकमेकींजवळ दाटी झालेली असते.

चुंबकाचे उपयोग

१) विद्युत यंत्रात – विद्युत जनित्र, विद्युत चक्की (Motor) इ.

२) होकायंत्रात.

३) विद्युत घंटा, टेलिफोन इ. मध्ये.

४) युद्धामध्ये – शत्रूंच्या जहाजांचे, पाणबुड्यांचे अस्तित्व समजण्यासाठी.

स्थितिक / स्थिर विद्युत

दुपारची वेळ. लहान मुले मोराची पिसे घेऊन खेळत होती. पिसावर एकाच दिशेने हाताचा पंजा हळुवार फिरवत. जरा वेळाने पिसांचा आकार बदलून ते पिंजारलेले दिसे–फुललेले दिसे. अशी दोन पिसे समोरासमोर जवळ धरली तर ती ' डुलत ' असत. मुलांना ती का ' फुलतात ' व का ' डुलतात ' याची कल्पना नव्हती; पण त्यासंबंधी त्यांच्या डोक्यात काही कल्पना असावी.

अंजू : पिसावर हात फिरवण्यापूर्वी ती अशी ' फुललेली ' नव्हती. हात फिरवल्यामुळे हा बदल का होतो ? आपल्या हातात ही शक्ती आहे का ?

समीर : घासल्याने चुंबकशक्ती नाही का लोखंडात येत, तसाच काहीसा हा प्रकार असेल.

सुमा : नाही. तसं नाही. सकाळी मी माझे केस प्लॅस्टिकच्या कंगव्याने विंचरत होते. केस कोरडे होते व कंगवा एकसारखा जलद फिरवला की दरवेळेला माझे केस उभे रहायचे व बारीकसा 'कड्' असा आवाज पण यायचा.

अंजू : माझे मोरपीस पण उन्हात वाळत ठेवलेले होते. म्हणजे कोरडे केस, कोरडा कंगवा, कोरडे पीस, अशा कोरड्या वस्तू एकमेकांवर घासल्याने हा परिणाम दिसत असावा.

मी : तुमचे निरीक्षण व अनुमान पुष्कळसे बरोबर आहे. काही पदार्थ विशिष्ट पदार्थाने घासल्यास त्यांच्या अंगी नवीन गुणधर्म येतो. उदा. रेशमाच्या कापडावर काचेची कांडी (रूळ), तसेच प्लॅस्टिकचा कंगवा नायलॉन किंवा गरम कापडावर, फ्लॅनेलवर रबरी रूळ असे घासले की त्यांच्या अंगात ' जागृती ' येते व त्यांच्या अंगी हलके पदार्थ आकर्षित करून घेण्याची शक्ती येते.

मात्र, या प्रयोगाचे यश हवामानावर अवलंबून आहे. उबदार व कोरड्या हवेत हे यशस्वी होतात; तर दमट हवेत, बाष्पाचा अदृश्य थर वस्तूंवर असतो म्हणून ते फसतात.

लोकरी (गरम) कापडावर रबरी रूळ (Rod) किंवा कंगवा घासून, थाळीत ठेवलेल्या चुरमुऱ्याजवळ आणा. चुरमुरे एकदम त्याच्याकडे आकर्षिले जातात. रुळाला चिकटतात व नंतर ते एकमेकांना दूर ढकलतात किंवा कापसाच्या व नायलॉनच्या दोऱ्याचे लहान लहान लांबीचे तुकडे टेबलावर ठेवा व त्यांच्याजवळ असाच 'भारित' कंगवा आणा. दोरे उभे राहतात व कंगवा हालवला तर भारलेल्या सापासारखे ते डोलू लागतात.

काही पदार्थ दुसऱ्या विशिष्ट पदार्थांवर घासले, तर त्यांच्या अंगी ही जी शक्ती येते तिला विद्युत शक्ती असे नाव आहे; पण ही त्या पदार्थावर स्थिर असल्याने तिला 'स्थिर विद्युत' असेही नाव आहे.

समीर : ही शक्ती त्या दोन्ही पदार्थांवर – ज्याच्यावर घासतो तो व जो घासला जातो ह्या दोघांवर असते का ?

मी : होय, या शक्तीला ‘ भार ’ (Charge) असेही नाव आहे; व त्याचे दोन प्रकार असतात. दोन्ही पदार्थांवर परस्पर विरुद्ध असे ‘भार’ निर्माण होतात. काचेवर निर्माण होणारा भार हा (+) धन भार जागृती समजली जाते, तर रेशमाच्या कपड्यावर (–) ऋण प्रकारची जागृती असते. तीच गोष्ट प्लॅस्टिकच्या बाबतीत. लोकरी, गरम कपडा किंवा नायलॉन, यावर (+) जागृती उत्पन्न होते.

अंजू : हे परस्पर विरुद्ध असतात हे चुंबकाप्रमाणेच आकर्षण अपसारण पद्धतीने, म्हणजे सजातीय भार अपसारतात व विरुद्ध प्रकारचे एकमेकांना आकर्षितात, असे समजायचे का ?

मी : अगदी बरोबर तसेच असते. चुरमुरे प्रथम आकर्षित झाले. कंगव्याला चिकटले. नंतर ते एकमेकांना दूर ढकलतात असे जे आपण पाहिले, त्याचे कारण म्हणजे रुळावरचा ‘भार’ चिकटलेल्या चुरमुऱ्यांवर पसरला व ते एकाच भाराचे झाल्याने एकमेकांना दूर ढकलू लागले. त्यासाठी आणखी प्रयोग पाहू.

एका दोऱ्याच्या टोकाला भेंडगोळी (Pithball) अडकवून दोरा लोंबता सोडा. आता एक विद्युत-जागृत काचेचा रूळ त्याच्याजवळ आणा. भेंडगोळी रुळाकडे आकर्षित होते. त्याचप्रमाणे रेशमी फडके ज्याच्यावर काचेचा रूळ घासला होता-आणले तरीही भेंडगोळी आकर्षित होते; पण – वरील प्रयोगात भेंडगोळी काचेच्या रुळाला चिकटू द्या. नंतर पुन्हा विद्युत जागृत रूळ भेंडगोळीजवळ आणला तर अपसारण झालेले दिसेल; कारण काचेने भेंडगोळीस स्पर्श केला त्यावेळी त्या रुळावरील काही विद्युतभार भेंडगोळीवर गेला व ती पण भारित झाली व प्रभार सजातीय असल्याने अपसारण झाले.

आतापर्यंत आपण –

१) घर्षणामुळे विद्युत निर्माण होते.

२) विद्युत दोन प्रकारचे धन (+) व ऋण (–) असते.

३) घर्षणामुळे दोन्ही पदार्थांवर परस्पर विरुद्ध प्रकारचे (+ अथवा –) विद्युत उत्पन्न होते.

४) सजातीय विद्युतमध्ये अपसारण होते.

५) विजातीय विद्युतमध्ये आकर्षण असते.

एवढ्या गोष्टी पाहिल्या.

अंजू : पण घर्षण केल्याने असे काय होते की ज्यामुळे ते पदार्थ विद्युत-भारित होतात ?

मी : याबाबत शास्त्रज्ञांचा विचार मी सांगतो; पण समजून घ्यायला नीट लक्ष द्यावे लागेल.

आपला प्रत्येक पदार्थ अणूंचा बनलेला आहे हे माहिती आहे. अणूची रचना कशी असते हे आपण पाहिलं; म्हणजे विद्युतभार का व कसा निर्माण होतो याची कल्पना येईल.

प्रत्येक अणू प्रोटॉन, न्यूट्रॉन व इलेक्ट्रॉन अशा तीन प्रमुख मूलभूत कणांनी (Particles) तयार झालेला असतो. यांची रचना सूर्य व ग्रहमाला यांच्यासारखी असते. म्हणजे जसा सूर्य हा मध्यभागी असतो व पृथ्वीसह ग्रह त्याच्याभोवती फिरतात, त्याप्रमाणे न्यूट्रॉन व प्रोटॉन हे मध्यभागी असून, इलेक्ट्रॉन त्यांच्याभोवती फिरत असतात. प्रोटॉन हा (+) धनभार-युक्त, न्यूट्रॉन हा भाररहित

(neutral), तर इलेक्ट्रॉनवर ऋण प्रकारचा भार असतो. प्रत्येक पदार्थाच्या अणूमधील यांची संख्या वेगवेगळी असते, पण रचना तीच असते. इलेक्ट्रॉन हा प्रोटॉनच्या मानाने, वजनाने खूपच हलका असतो. मात्र, प्रोटॉन व इलेक्ट्रॉन यावरील विद्युत-भार सारख्या प्रमाणात असतो. त्यामुळे पदार्थाच्या अणुमधील विद्युत दिसून येत नाही.

ही अणूची स्थूल रचना लक्षात घ्या. अणुकेंद्रामधील मध्याभोवती फिरणारे इलेक्ट्रॉन निरनिराळ्या कक्षांतून फिरत असतात. रेशमी कापड्यांवर काच घासली असता काचेवरील इलेक्ट्रॉन रेशमाकडे गेल्याने रेशमावरील त्यांची संख्या वाढते व रेशीम ऋणभारित होते. या उलट, काचेवरील इलेक्ट्रॉन कमी झाल्याने त्याच्यावर धनभार वाढतो.

समीर : काचेमधील सर्व इलेक्ट्रॉन रेशमाकडे जातात का ?

मी : सर्व कसे जातील ? फक्त त्याच्या बाह्य पृष्ठभागामधीलच जातात. इलेक्ट्रॉन हा प्रोटॉनच्या भोवती निरनिराळ्या कक्षांतून फिरत असल्याने, बाह्यतम कक्षेतील इलेक्ट्रॉन निघून जाऊ शकतात.

अंजू : मग रेशमावरील इलेक्ट्रॉन काचेकडे का जात नाहीत ?

मी : रेशमामधील इलेक्ट्रॉन आपल्या प्रोटॉनशी जरा जास्ती बद्ध असतात.

समीर : पण काचेवरील (+) धनभार व रेशमावरील ऋणभार हे सारख्या प्रमाणात असतात ?

मी : होय.

समीर : सर्व पदार्थ जर योग्य पदार्थाने घासले तर विद्युत शक्ती निर्माण होते का ? कारण सर्व वस्तूंमध्ये, त्यांच्या अणूंमध्ये इलेक्ट्रॉन वगैरे असतात ना ?

मी : योग्य प्रश्न. व्हायला पाहिजेत. मोराचे पीस हाताने घासून सुद्धा 'भारित' होते हे आपण पाहिले. पदार्थाची मुख्य दोन वर्गात वाटणी केली जाते – वाहक (Couductors) आणि रोधक (Insulators) – विद्युत वाहक व विरोधक – सर्व धातू वाहकांमध्ये येतात. तर रबर, एबोनाईट, काच वगैरे विरोधकात. त्यात पुन्हा काही असे आहेत की, काही वेगळ्या प्रेरणेने ते वाहक होऊ शकतात किंवा दुसऱ्या पदार्थांचे अणू घालून अशुद्ध केले तर ते अंशत: वाहक होतात. अशांना अर्धवाहक (Semiconductors) असे नाव आहे. पदार्थांच्या अणू रचनेवर त्यांचे गुणधर्म अवलंबून असतात.

अंजू : पितळेच्या दांड्यावर लोकरी कापडाचा तुकडा घासला तर विद्युत निर्माण होते का ?

मी : होते-पण पितळ हा धातू आहे, वाहक आहे. त्यामुळे हातात धरला असल्याने इलेक्ट्रॉनचे वहन (हातामधून) होते. म्हणून त्याचा परिणाम दिसणार नाही. पितळेच्या रुळाला धरण्यासाठी काचेचा दांडा बसवला तर त्यावरील भार पडताळून पाहणे सोपे होईल.

शिवाय काही पदार्थांची अणूरचना अशी असते की त्यामधील इलेक्ट्रॉन – जवळ जवळ सर्व केंद्रांशी पक्के बांधलेले असतात. उदा. रबर, काच म्हणून हे पदार्थ विद्युत विरोधक असतात.

समीर : भेंडगोळीचा उपयोग विद्युत-जागृत पदार्थ विद्युतभारित आहे किंवा नाही हे पाहण्यासाठी

करतात. त्याच्या साहाय्याने ती मोजता येते का ?

मी : मोजता येत नाही पण तुलना करणे शक्य आहे; पण त्यासाठी त्या विषयी अधिक माहिती घेऊ या. भेंडगोळीच्या भोवती चांदीच्या वर्खाचा पातळ तुकडा गुंडाळलेला असल्यास अधिक बरे! त्याऐवजी हलका - पदार्थ बुचाचा तुकडा वापरला तरी तो उपयोगी पडतो. त्याचप्रमाणे रबरी फुगा अथवा प्लॅस्टिकचे चेंडूही घर्षणाने विद्युत उत्पन्न करण्यास वापरण्यास हरकत नाही. आकृती पाहा.

१) भेंडगोळीवर काही परिणाम नाही. म्हणून दांडा विद्युत जागृत नाही.

२) भेंडगोळी आकर्षिली गेली आहे. त्याअर्थी दांड्यावर विद्युतभार असला पाहिजे.

३) भेंडगोळीला काचेच्या ' भारित ' दांड्याने स्पर्श करा. काचेवरील काही विद्युतभार भेंडगोळीवर जाईल. आता त्याच्याजवळ पुन्हा भारित काचेचा दांडा आणा - भेंडगोळी दांड्यापासून दूर जाईल - याचे कारण सजातीय विद्युतभार. पण, या ऐवजी प्लॅस्टिकचा विद्युत-जागृत दांडा आणला तर गोळी आकर्षित होईल; कारण विजातीय विद्युतभार. या कार्यामुळे याला ' भेंडगोळी विद्युत दर्शक ' (Electroscope) असे नाव आहे.

अंजू : हा दर्शक करण्यास सोपा, पण फारसा टिकाऊ आणि सूक्ष्मभार मोजण्यास कितपत यशस्वी होईल अशी मला शंका आहे. यापेक्षा अधिक चांगला ' दर्शक ' नाही का ?

मी : आहे ना.

याची रचना पहा. एक उभट बाटली. तिच्या बुचातून एखाद्या धातूचा दांडा (Rod) - त्याच्या एका टोकाला तबकडी व दुसऱ्या टोकाला सोन्याची पातळ पाने (Gold Leaves) बसवलेली असतात, अर्थात सोन्याऐवजी इतर वर्खाची पातळ पानेसुद्धा वापरतात. ती पातळ व हलकी असल्याने अगदी लहानसा विद्युतभार देखील त्यांना प्रवर्तित करू शकतो. विद्युत-जागृत झालेला दांडा जर याच्या चकतीवर ठेवला तर त्याच्यावरील विद्युत दांड्याद्वारे पानापर्यंत जाते; व ती सजातीय विद्युतभारित झाल्याने एकमेकांना दूर ढकलतात. याच्यामधील कोनावरून जागृतीची तीव्रता कळणे शक्य आहे (आकृती क्र. १९ पहा).

समीर : काचेच्या दांड्याने स्पर्श केला तर पानांमध्ये अपसारण होऊन ती दूर होतात; पण स्पर्श न करता नुसता जवळ आणला तर काय होते ?

मी : काय होईल बरे. प्रत्येक पदार्थात दोन्ही प्रकारच्या विद्युतशक्ती सारख्याच प्रमाणात असतात. त्यामुळे त्याची आपल्याला जाणीव होत नाही-होय ना ? त्याप्रमाणे पितळी दांड्यावर असणारच, म्हणजे सुरुवातीला पाने मिटलेली असणार. बरोबर ! आता विद्युत-जागृत दांडा जवळ आणला. विजातीय भार एकमेकांना आकर्षितात. या न्यायाने दांड्यावरील ऋणभारित कण (इलेक्ट्रॉन), चकतीजवळ जमा होतात. या उलट (+) धनभाराचे दुसऱ्या टोकाकडे; म्हणजे पानावर (+) धनभार जमा होतो म्हणून ती एकमेकांना दूर ढकलतात.

अंजू : म्हणजे जोपर्यंत दांडा तबकडी जवळ आहे, तोपर्यंत तो ऋण भार, मंतरल्यासारखा तबकडीवर

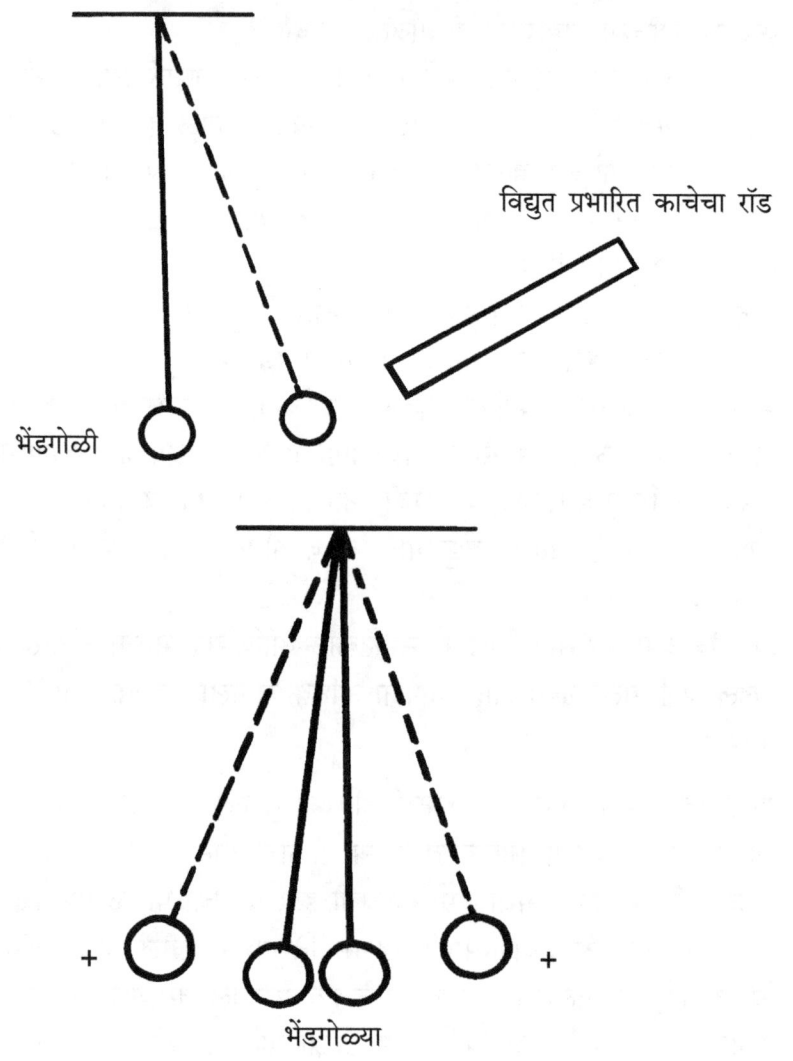

विद्युत प्रभारित काचेचा रॉड
भेंडगोळी
भेंडगोळ्या

आकृती क्र. १९ : भेंडगोळ्यांवरील परिणाम

असतो.

मी : होय. म्हणूनच त्याला (Bound) बद्ध, तुझ्या भाषेत 'मंतरलेला' असे नाव आहे. तर पानांजवळील भार मुक्त (Free) समजला जातो.

समीर : तो मुक्त-मोकळा आहे. हे समजायला काही साधन आहे का ? गंमत काय आहे, विद्युत दिसत नसल्याने तिच्या परिणामांवरून तिची माहिती करून घ्यावी लागते ना ?

मी : तबकडी जवळ 'जागृत' काचेचा दांडा आणायचा, पाने एकमेकांना दूर ढकलतील. दांडा तिथे असतानाच तबकडीला स्पर्श करायचा, पाने मिटतात; कारण त्यांच्यावरील मुक्तभार

बोटावाटे निघून जातो. आता काचेचा दांडा दूर नेला की मागे फक्त ऋणभार शिल्लक राहतो. तो नुसत्या तबकडीवर न राहता - खाली पानांपर्यंत जातो व पाने दूर जातात. मात्र, या वेळेला ऋणभारित होऊन; तुम्ही म्हणाल कशावरून हा ऋणभार आहे ? त्याच्याजवळ विद्युत जागृत प्लॅस्टिक आणा ना. पाने आणखी दूर जातील.

यावरून आपल्याला काय माहिती मिळाली?

१) अणूच्या पोटात प्रोटॉन व न्यूट्रॉन असून त्यांच्याभोवती इलेक्ट्रॉन फिरत असतात.

२) पदार्थावर दुसऱ्या विशिष्ट पदार्थाने घासल्यास इलेक्ट्रॉन एका पदार्थावरून दुसऱ्यावर गेल्यामुळे दोन्ही पदार्थ विद्युतभारित होतात. त्यांच्यावरील भार परस्पर विरुद्ध प्रकारचे, पण समान असतात.

३) काचेच्या दांड्यावरील भार धन, तर रेशमी फडक्यावरील ऋण. तसेच प्लॅस्टिकच्या रुळावरील ऋण, तर लोकरी कपड्यावरील भार धन असतो.

४) विजातीय विद्युतभारामध्ये आकर्षण असते, तर सजातीयांमध्ये अपसारण असते.

५) भेंडगोळी व सुवर्णपात्र विद्युतदर्शक ही यांचा अभ्यास करण्याची उपकरणे (साधने) आहेत.

६) अपसारण ही तो पदार्थ विद्युतभारित आहे किंवा नाही हे समजण्याची कसोटी आहे.

७) पदार्थाचे विद्युतवाहक व विरोधक असे दोन प्रकार आहेत.

प्रवाही विद्युत

वीज गेली की आपण घाबरेघुबरे होतो. कारण आपला सारा कारभार बंद झाल्यासारखा होतो. विजेमुळे प्रकाश, उष्णता, वाहतूक, सुखसोयी सारे काही आपल्या सेवेशी हात जोडून उभे असते.

प्रवाही विद्युत हा स्थिर विद्युतचाच एक आविष्कार आहे. प्रवाही विद्युत म्हणजे इलेक्ट्रॉनचा प्रवाह. झपाट्याने जाणारा. अर्थात, नेहमीच्या प्रवाहासारखा नाही. अणूतले सहज निसटू शकणारे इलेक्ट्रॉन्सच या प्रवाहाला किंवा प्रवाहाच्या भासाला जबाबदार आहे. रासायनिक प्रक्रिया अशा भासाला कारण होते. पदार्थ वैज्ञानिक स्थिती अशा भासाला कारण होते.

प्रवाही विद्युत : एक वरदान

प्रवाहाचा भास म्हणजे नेमके काय ते पाहू.

एक तांब्याची तार विचारात घेऊ. एका टोकाच्या अणूत एक जादा इलेक्ट्रॉन बाहेरून शिरला की, त्या अणूतला सहज सटकणारा एक इलेक्ट्रॉन शेजारच्या अणूत जादा म्हणून शिरतो, त्या अणूतला शेजारच्या अणूत शिरतो, अशी खो-खो ची मालिका चालली की, तारेच्या दुसऱ्या टोकाच्या अणूतून एक इलेक्ट्रॉन बाहेर पडतो आणि भास असा होतो की, एका टोकातून इलेक्ट्रॉन तारेवर शिरला आणि दुसऱ्या टोकातून बाहेर, असा इलेक्ट्रॉनचा प्रवाहच वाहतो आहे. विजेचा प्रवाह वाहतो आहे.

इलेक्ट्रिक आर्क म्हणजे ऋण टोकावरून धन टोकावर उडी घेणारा इलेक्ट्रॉनचा प्रवाहचं! ऋण टोकावर इलेक्ट्रॉन गर्दी करून धक्काबुक्कीत इलेक्ट्रॉन्सना उडी घ्यावीच लागते आणि अर्थात, ती धन टोकाकडे आणि इलेक्ट्रिक आर्क तयार होते.

प्रवाही विजेचे लोहचुंबकाशी नाते वेगवेगळ्या तऱ्हेने आहे. लोखंडी कांबीभोवती गुंडाळलेल्या तारेतून विद्युतप्रवाह पाठवला तर तात्पुरता लोहचुंबक तयार होतो. हॉर्स-शू लोहचुंबकाच्या दोन टोकांमध्ये ठेवून, तारेचे वेटोळे यांत्रिकरीत्या फिरवले की विद्युतप्रवाह तारेत निर्माण होतो. विद्युतजनित्राचे हे तत्त्व. त्याच तारेतून विजेचा प्रवाह पाठवला तर ते वेटोळे फिरू लागते आणि विद्युतचक्की तयार होते.

प्रवाही विद्युत अनेक तऱ्हेने उपयुक्त आहे. नव्या जगाचे ते मोठे वरदान आहे; म्हणून तिची ओळख प्रयोगातून करून घेणे उपयुक्तच ठरेल.

समीर : आपला रेडिओ, ट्रांझिस्टर किंवा दिवे पण विजेवर चालतात ना! मग, स्थिरविद्युत व प्रवाही विद्युत यामध्ये काय फरक आहे ?

अंजू : फरक तर आहेच. ती घर्षणाने उत्पन्न होते व ही तारेतून खांबापासून आपल्या घरापर्यंत येते. आता त्या आधी कोणी घर्षण पद्धतीने निर्माण करीत असल्यास मला तर माहीत नाही.

सुमा : अगं तारही लागत नाही. बॅटरी आहे ना. आपण उजेडाकरता वापरतो ती. तिच्यात कुठाय तार ? दोन ' सेल ' का, काय म्हणतात ते असतात. मग खरं काय हो ? कशापासून आपल्याला वापरायची वीज मिळते ?

मी : तुमच्या चर्चेत हे उत्तर तुम्हाला मिळाले आहे. स्थिरविद्युत नावाप्रमाणेच स्थिर असते. ती तारेमधून दूरवर जाऊ शकत नाही; व बॅटरीत सेल असतात, ते बॅटरीला प्रवाहीविद्युत पुरवितात. स्थिरविद्युत इलेक्ट्रॉनच्या स्थल बदलामुळे निर्माण होते, विद्युतप्रवाह सेल मधील, हा ही इलेक्ट्रॉनच्या हालचालींमुळे उत्पन्न होतो. आपल्या दैनंदिन जीवनात वीज इतकी मिसळून गेली आहे की, तिची अधिक ओळख करून घ्यायची आपल्याला जरूरच वाटत नाही.

समीर : ते कसे काय ?

मी : आता पहा ना-कोणी आले, दार बंद असले, घंटा वाजते व कोणीतरी आल्याची आपल्याला वर्दी मिळते. रेडिओमुळे आपण बातम्या, संगीत ऐकतो. विजेचे दिवे, पिठाच्या गिरण्या, फार काय मुंबई-पुणे प्रवास सुद्धा विजेवर चालणाऱ्या आगगाड्यांमधून.

अंजू : हे मात्र खरं हं ! मोटारीत सुद्धा बॅटरी असते म्हणे. पण प्रवाही विद्युत म्हणजे सुद्धा ऊर्जाच का हो ?

मी : हो ! उष्णता, प्रकाश, ध्वनी, याप्रमाणे विद्युत पण एक ऊर्जा आहे. घड्याळ बंद पडलं की आपण त्याला किल्ली देतो. म्हणजे त्याच्या आत असलेली स्प्रिंग ' गुंडाळतो ' मग तिच्या अंगी घड्याळाची चक्रे फिरवायची ' शक्ती ' येते. तीच गोष्ट बंदुकीच्या गोळीची. बंदुकीतून गोळी सुटली की गतीमुळे तिच्यात दारामधून-भिंतीमधून भोक पाडून आत शिरण्याची ' धमक ' येते नाही का ? या सर्व निरनिराळ्या प्रकारच्या ऊर्जाच आहेत. काही गतीमुळे तर काही स्थितीमुळे त्या निर्माण होतात.

अंजू : मग या सर्व ऊर्जा, उष्णता, प्रकाश, विद्युत व वर सांगितलेल्या गतीमुळे व स्थितीमुळे उत्पन्न होणाऱ्या ऊर्जा, वेगवेगळ्या आहेत का ?

समीर : दिसायला वेगळ्या. पदार्थ तापवला की, प्रथम लालसर व खूप तापवला तर चक्क पांढरा होतो. दिव्याच्या बल्बमधून वीज गेली की, लखकन् प्रकाश पडतो. यावरून त्या ऊर्जा वेगवेगळ्या असल्या तरी त्यांचा एकमेकीत बदल होत असावा.

मी : अरे व्वा ! बरेच कळलंय की तुला. एक लक्षात ठेवायचं. ऊर्जा कधी नाश पावत नाही. तिच्या एका प्रकाराचे दुसऱ्यांत रूपांतर होते. रूपांतर करता येते. त्यामुळे ऊर्जा कधी नाश पावत नाही. त्याबरोबरच ती निर्माणही करता येत नाही.

अंजू : निर्माण करता येत नाही ? मग वीज कशी निर्माण होते ?

मी : उंचावर साठवलेले पाणी. स्थितीज ऊर्जेचे उदाहरण. ते वेगाने (नळांतून) खाली आणले की, त्याच्या गतीमुळे त्यांच्या अंगी पॉवर-हाऊसमधील चाके फिरवण्याची शक्ती येते. त्या ऊर्जेमुळे पुढे विद्युत निर्माण होते.

समीर : मुंबईला जाताना मोठमोठे नळ खाली दरीमध्ये गेलेले दिसले खरे. खोपोलीला विद्युत-पॉवर हाऊस आहे नाही का ?

अंजू : आम्लयुक्त पाण्यातून विद्युत पाठवली असता पाण्याचे विघटन होते, ही रासायनिक क्रियाच ना !

मी : क्रिया रासायनिक. पण हे विद्युत–ऊर्जेचे रासायनिक ऊर्जेत रूपांतर झाल्याचे उदाहरण.

सुमा : पुरे झाले हे तुमचे ऊर्जा प्रकरण! पण मला असं सांगा, हा शोध पहिल्यांदा कसा लागला ?

मी : ती एक गंमतच आहे. इटलीमधील बोलोना शहरात गॅल्व्हनी नावाचा शरीरशास्त्राचा (Anatomy चा) प्राध्यापक होता. त्याने पोलादाच्या तारेला अडकवून एक मृत बेडूक ठेवला होता. (बेडकाचे विच्छेदन करावे लागते अभ्यासासाठी म्हणून) त्याच्याच शेजारी एक पितळी चिमटा (Forceps), त्याच पोलादी तारेला अडकवून ठेवला होता. वाऱ्यामुळे चिमटा हलून बेडकाला त्याचा स्पर्श झाला की, बेडकाचा पाय जिवंत असल्यासारखा झटकला जाई. त्याला आश्चर्य वाटले. पण त्याला त्या घटनेचे उत्तर सुचेना. त्याने हा विजेचाच झटका असावा, असे ठरवून मनाचे समाधान करून घेतले.

समीर : मग त्याचे कारण कोणी शोधून काढले ?

मी : व्होल्टा नावाचा दुसरा प्राध्यापक. त्याने असे ठरवले की, पोलाद व पितळ या भिन्न धातूंमुळे हा प्रकार झाला असावा. ते वेगवेगळे नसते – म्हणजे पोलादाची तार व पोलादाचा चिमटा असता तर, हे घडले नसते. याच व्होल्टाने पुढे पहिला ‘सेल’ तयार केला.

अंजू : त्यात त्याने दोन वेगवेगळ्या धातूंच्या पट्ट्या वापरल्या ?

मी : त्याच्या सर्व प्रयोगांशी आपल्याला कर्तव्य नाही; पण त्याने रासायनिक ऊर्जेतून विद्युत निर्माण केले. त्यासाठी एक साधा प्रयोग तुम्ही करा म्हणजे कळेल.
एक रसरशीत लिंबू घ्या. त्याच्यात एक तांब्याची व एक जस्ताची पातळशी पट्टी उभी खोचा. त्या पट्ट्यांना जोडलेल्या तारांची टोके जिभेला लावून पहा.

अंजू : जीभ चरचरते. याचे कारण त्या तारेमधून वीज प्रवाह वाहतो का ?

मी : होय. लिंबातल्या रसाचा दोन्ही पट्ट्यांवर रासायनिक परिणाम होऊन विद्युत निर्माण होते. व्होल्टाने याच प्रकारे (लिंबू वापरून नव्हे, तर) एक काचपात्रांत सौम्य (विरल - Dilute) गंधकाम्ल घेऊन त्यात तांबे व जस्त या धातूंच्या दोन पट्ट्या ठेवल्या आणि घट तयार केला. त्यांना जोडलेल्या तारा एखाद्या लहान बल्बला जोडल्यास तो प्रकाशित होतो. यावरून तारेमधून विद्युत प्रवाह ‘वाहतो’ असे कळले. प्रवाह तांब्याच्या पट्टीकडून जस्ताच्या पट्टीकडे जातो. म्हणून तांब्याला धन (+) ध्रुव व जस्ताला ऋण (–) ध्रुव असे नाव आहे.

समीर : पण त्या ठिकाणी कोणती क्रिया होते ?

मी : घटांमध्ये जस्तावर सल्फ्युरिक आम्लांची क्रिया होऊन हायड्रोजनचे अणू मुक्त होतात व ते वायूच्या बुडबुड्यांच्या रूपात तांब्याच्या पट्टीकडे जातात असें दिसते.

$$Zn + H_2SO_4 = ZnSO_4 + H_2$$

(जस्त + सल्फ्युरिक ॲसिड = जस्त सल्फेट + हायड्रोजन)

पण प्रत्यक्ष त्यामुळे जस्ताच्या पट्टीवरील इलेक्ट्रॉनची संख्या वाढते व त्यामुळे घटाच्या बाहेरील तारेतून जस्ताकडून तांब्याकडे ते जातात; म्हणून तांब्याला धन अग्र व जस्ताला ऋण अग्र (ध्रुव) म्हणतात.

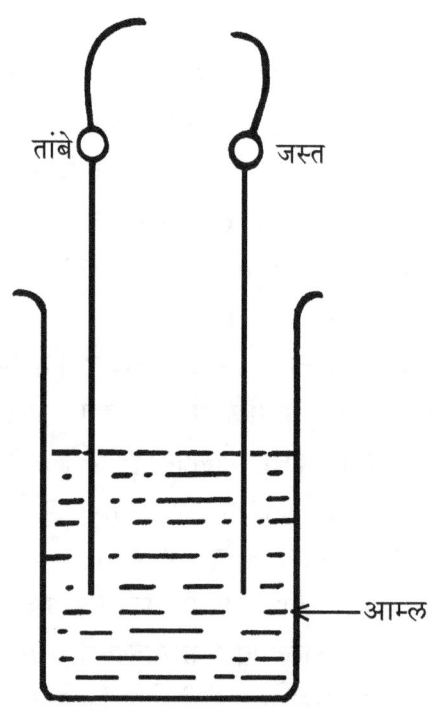

आकृती क्र. २० : प्रवाही विद्युत

अंजू : म्हणजे द्रवांत अप्रत्यक्षरीत्या तांब्याकडून – जस्ताकडे व बाहेर जस्ताकडून – तांब्याकडे असा इलेक्ट्रॉनचा प्रवाह वाहतो व वर्तुळ पूर्ण होते ना ?

मी : हो. पण या क्रियेत दोन अडथळे येतात. एक म्हणजे रासायनिक क्रिया जलद झाल्याने तांब्याच्या पट्टीवर हायड्रोजन आधी जलद जमा होतो व पहिले प्रभारित अणू मुक्त होऊन जाण्याआधीच दुसरे येऊन थडकतात. पहिले हायड्रोजनचे बुडबुडे तिथे असल्याने व हायड्रोजन विद्युतवाहक नसल्याने तांब्याच्या पट्टीशी नवीन आलेल्या धन प्रभारित हायड्रोजन अणूंची गाठ पडत नाही; म्हणून प्रवाह मंद होतो. याला Polarisation असे नाव आहे. तो दोष काढून टाकण्यासाठी पट्टीवरील हायड्रोजन अणूंचा निचरा लवकर व्हायला पाहिजे. त्यासाठी ऑक्सिडायझिंग एजंट म्हणजे, ऑक्सिजनचा पुरवठा करणारा पदार्थ वापरायला

पाहिजे. ऑक्सिजन व हायड्रोजन यांच्या क्रियेमुळे पाणी तयार होईल व पट्टी मोकळी होईल.

समीर : आणि दुसरा दोष ?

मी : अशुद्ध जस्त असल्यास हा आढळून येतो म्हणजे जस्तामध्ये लोखंड, कार्बन वगैरे अशुद्धता असेल, तर जस्ताच्याच पृष्ठभागावर त्यामध्ये अशुद्धभागावर हायड्रोजन जमा होतो. याला (Local action) स्थानिक क्रिया असे नाव आहे. जस्ताला पारा फासून हा दोष दूर करता येतो.

अंजू : पण सल्फ्युरिक आम्ल हे फार जहाल असतं ना ?

मी : हो ना. म्हणून तर ते न वापरता दुसरा द्रव वापरून विद्युतघट करण्याकडे प्रयत्न सुरू झाले. शिवाय हर्नियल विद्युत घटात पोलरायझेशन (ध्रवण) होऊ नये म्हणून एक मार्ग अनुसरला. यामध्ये तांब्याच्या पात्रात मोरचुदाचा (कॉपर सल्फेटचा) द्राव असतो. यांच्या मध्यभागी चिनी मातीचे सच्छिद्र भांडे ठेवलेले असते. त्यात, योग्य सल्फ्युरिक ॲसिडमध्ये जस्ताची कांब ठेवलेली असते. यात जस्तावरील रासायनिक क्रिया वरील प्रमाणेच होते; पण मुक्त झालेले हायड्रोजन प्रभारित अणू व मोरचूद यांच्यामध्ये रासायनिक क्रिया होते.

$CuSo_4 + H_2 \rightarrow Cu + H_2SO_4$

मुक्त झालेले तांबे भांड्यावर जमा होते.

समीर : पण यातही सल्फ्युरिक-आम्ल असतेच की.

मी : हो ना. म्हणून लेकूलाँशेने नवीन घट तयार केला. यात काचेची बरणी वापरलेली असते. बरणीत जस्ताचा दांडा नवसागराच्या (Ammonium Chloride) संपृक्त द्रावामध्ये उभा ठेवलेला असतो. दुसऱ्या एका सच्छिद्र भांड्यात मध्यभागी कार्बनचा दांडा असून त्याच्याभोवती मँगनीज डायऑक्साइड व कार्बनचा चुरा भरलेला असतो. यात कार्बन हा धनध्रुव असतो. यातही

$Zn + 2NH_4Cl \rightarrow ZnCl_2 + 2NH_3 + H_2$

अशी क्रिया होते. मँगनीज डायऑक्साइडमुळे ऑक्सिजन मिळून हायड्रोजनचे पाणी बनते.

$2\ MnO_2 + H_2 \rightarrow 2MnO + H_2O$

या घटाचा उपयोग तारायंत्र वगैरेंसाठी केला जातो.

अंजू : पण यातही द्राव आहेच की. हे एका ठिकाणाहून दुसरीकडे हलवणे अवघडच!

मी : म्हणून तर त्यासाठी निर्द्रव घट (Dry Cell) तयार केले. तुम्ही बॅटरीमध्ये वापरता ते ‘ सेल ’ या प्रकारात बसतात. हा, लेकूलाँशेच्या सेल (घटा) प्रमाणेच असतो. काचेच्या बरणीची (भांड्याची) जागा जस्ताच्या पत्र्याच्या भांड्याने घेतलेली असते.

जस्ताच्या पत्र्याच्या उभ्या भांड्यात, मध्यभागी, एक कार्बनची कांडी ठेवून, तिच्याभोवती एक सच्छिद्र कापडाच्या (किंवा सच्छिद्र कागदाच्या) पिशवीत ग्रॅफाइट व मँगनीज डायऑक्साइचे मिश्रण असते. पिशवीच्या बाहेर नवसागर, झिंक क्लोराइड व लाकडी भुसा यांचा लगदा भरलेला असतो. तो ओलसर असावा लागतो. (तो ओलावा संपला म्हणजे बॅटरी निकामी होते). जस्ताच्या भांड्याचे

तोंड बंद केलेले असते. त्यामुळे हा सेल वापरण्यास सुटसुटीत असतो. तुम्हाला माहिती आहेच. बॅटरी, रेडिओ, बिनतारी संदेशवाहक यासाठी वापरतात.

या सर्व घटांमध्ये रासायनिक क्रियेने विद्युत निर्माण होत असते.

अंजू : मोटारीत देखील हीच बॅटरी (सेल) असते का ?

मी : नाही, मोटारीची बॅटरी वेगळी असते. तिला बाहेरून विजेचा पुरवठा आधी करून ती ‘चार्ज’ करतात व मग वापरतात. काही काळ वापरल्यावर हिची शक्ती कमी कमी होत जाते व पुन्हा ‘चार्ज’ करून घ्यावी लागते. हिला ‘ दुय्यम’ विद्युत घट (Secondary Cell) असे म्हणतात.

समीर : म्हणजे ही वारंवार चार्ज करून वापरता येते आणि बॅटरीचे ‘सेल’ निकामी झाले की टाकून द्यावे लागतात, नाही का.

मी : हो ना. शिवाय मोटारीच्या बॅटरीपासून जास्त ‘जोर’ असलेली वीज मिळू शकते.

अंजू : मोठ्या प्रमाणात वीज पुरवठा करण्यासाठी कारखाने वगैरेंसाठी जी वीज तयार होते ती कशी करतात ?

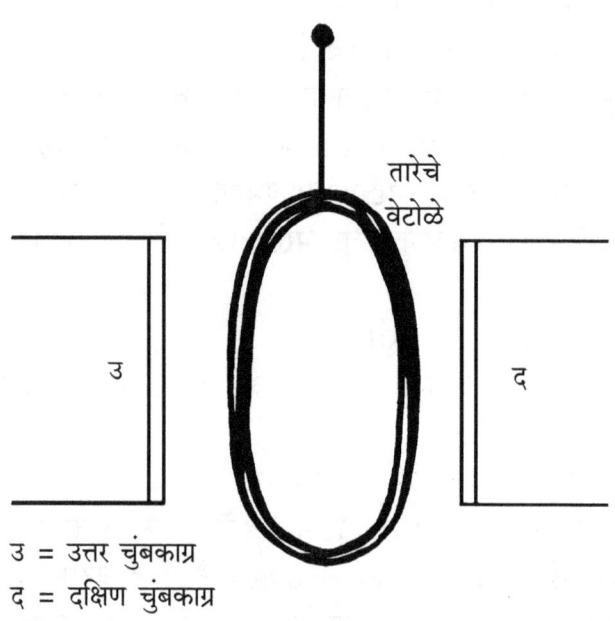

तारेचे
वेटोळे

उ

द

उ = उत्तर चुंबकाग्र
द = दक्षिण चुंबकाग्र

आकृती क्र. २१ : चुंबकीय शक्तीने विद्युत प्रवाह निर्मिती

मी : ती करण्यासाठी पाणी, इंजिने इ. चा उपयोग केला जातो. आपण पाहिले आहे की, (लोखंडी) सुईभोवती विद्युत प्रवाह पाठवला, तर तिच्या अंगी चुंबकीय शक्ती येते. याच्या उलट क्रिया म्हणजे, तारेच्या वेटोळ्यांत एक जोरदार चुंबक झटकन् आणला, तर त्या तारेत विद्युत निर्माण होते व तो तेथेच स्थिर ठेवला तर विद्युत उत्पन्न होण्याचे थांबते व तो

चुंबक झटकन् परत नेला तर वीज पुन्हा उत्पन्न होते. (पण तिच्या दिशा प्रवाहाच्या विरुद्ध असते.) या गोष्टीचा अभ्यास करून मायकेल फॅरडे याने वीज निर्माण करण्याचा मार्ग शोधून काढला (आकृती क्र. २१ पहा).

समीर : पण त्यासाठी केवढा शक्तिशाली चुंबक लागेल आणि त्याची झटकन् मागे-पुढे हालचाल करणे जरा कठीणच!

मी : कठीण तर खरेच! म्हणून त्याने चुंबक स्थिर ठेवून, त्याच्या ध्रुवामधून तारेचे वेटोळे फिरत ठेवण्याची कल्पना काढली. ते गरगर फिरू लागले की, तारेमध्ये विद्युत प्रवाह उत्पन्न होतो.

अंजू : आणि जास्ती वेटोळी वापरली तर जास्ती प्रवाह मिळेल नाही?

मी : हो. ही वेटोळी फिरत ठेवण्यासाठी उंचावरून खाली आलेले पाणी किंवा दगडी कोळसा अथवा खनिज तेल वापरून, त्यांच्या ऊर्जेपासून इंजिनामार्फत तयार झालेली, पाण्याची वाफ वापरतात.

अंजू : महाराष्ट्रात अशी विद्युत-निर्माण केंद्रे कोठे आहेत.

मी : कोयना नदीवर धरण बांधून पाणी अडवले व त्याच्यापासून कोकणात पोफळी येथे विद्युत निर्माण करणारी यंत्रे ठेवली आहेत.

समीर : पण विद्युत प्रवाहापासून चुंबकीय क्षेत्र निर्माण होते व चुंबकीय क्षेत्रामुळे तारेत वीज उत्पन्न होते, हा उलट-सुलट प्रकार गमतीदार नाही का ? विद्युत-प्रवाहामुळे आणखी कोणते परिणाम घडतात ?

मी : विद्युत प्रवाहामुळे तीन तऱ्हेचे परिणाम होतात-
१) चुंबकीय २) उष्णता निर्माण करणे ३) रासायनिक फेरफार. ह्या तिन्हीच्या (विरुद्ध) कार्यामुळे विद्युत-प्रवाह उत्पन्न होतात.

समीर : उष्णतेमुळे पण विद्युत निर्माण होते ?

मी : होय. दोन निरनिराळ्या धातूंचे तुकडे - उदा. तांबे व लोखंड यांचे तुकडे जोडले व ते तापवले तर तापवलेल्या टोकाजवळ तांब्याकडून लोखंडाकडे व थंड टोकाजवळ लोखंडाकडून तांब्याकडे विद्युतप्रवाह वाहताना आढळतो.

अंजू : पण तारेत विद्युत उत्पन्न झाली किंवा नाही हे कळण्याचा मार्ग काय ? विद्युतप्रवाह दाखवण्याचे एखादे साधन आहे का ?

मी : हो.

समीर : मी सांगू ? चुंबक सुई त्या तारेजवळ आणली तर तिचे विचलन होईल; कारण विद्युत प्रवाहामुळे चुंबकीय शक्ती येते ना ? बरोबर ?

मी : थोडे बरोबर. चुंबक सुई वापरायची येथपर्यंत बरोबर. तारेच्या अंगी चुंबकीय शक्ती येत नाही. विद्युतप्रवाहामुळे शेजारी चुंबकीय क्षेत्र निर्माण होते व त्यामुळे सुईचे विचलन होते. विद्युतप्रवाह मोजणे, दाब मोजणे इ. साठी अशाच उपकरणांचा वापर केला जातो.

सुमा : वीज जेथे निर्माण (उत्पन्न) करतात, तेथून सगळीकडे कशी नेली जाते ? आपल्याकडे

खांबावर तारा असतात, त्यामधून विजेचा प्रवाह वाहत असतो का ?

समीर : गावातले खांब कमी उंच असतात! परवा मी पाहिले, खूप उंच खांब व त्यांच्यावरून तारा थोड्याशा एकमेकांपासून अंतरांवरच! त्यातनं वीज वाहून आणतात ?

मी : दोघांचेही निरीक्षण चांगले. लांब अंतरावरून वीज वाहून आणण्यासाठी उंच खांब व गावात ती वाटत (Distribute) असताना कमी उंचीचे खांब असतात. मात्र, टेलिफोनच्या तारांचे खांब व विद्युतवाहक तारांचे खांब यात गोंधळ करू नका.

अंजू : टेलिफोनच्या खांबाना रंग दिलेला नसतो.

सुमा : पण या खांबाच्या उंचीत एवढा फरक का ?

मी : वीज जेवढी उपयोगी आहे तेवढीच हाताळण्यास अवघड आहे. तिच्यापासून केव्हा धक्का (Shock) बसेल हे सांगता येणार नाही. आपण वर्तमानपत्रात विजेच्या ' शॉर्ट सर्किट ' मुळे आग लागल्याचे वाचतो. तारांच्या उंचीचा प्रश्न समजण्यासाठी विजेचा दाब (Voltage) आणि प्रवाहाचा लहान-मोठेपणा याविषयी माहिती असावयास हवी.

अंजू : पण मला अजून हे समजत नाही – चुंबकीय ध्रुवामधून तारेचे वलय फिरवले तर विद्युत का व कशी उत्पन्न होते ?

मी : अरे बापरे ! अजून तुझ्या डोक्यात हा प्रश्न आहेच का ? ठीक आहे.

तारेचे वलय आणण्यापूर्वी दोन ध्रुवांमध्ये चुंबकीय क्षेत्र – रेषा असतातच! तारेचे वलय या रेषांशी काटकोन करून ठेवू. या वलयातून जास्तीत जास्त जोररेषा जातात. आता वलय त्याच्याच भोवती फिरवू. त्यामधून आता जोररेषा जातात का ? नाही ना. पण त्यामुळे त्या वलयांत प्रवाह उत्पन्न होतो; कारण वलयाची प्रवृत्ती, ' मूळचे चुंबकीय वातावरण, ज्याच्यातून जास्तीत जास्त जोर-रेषा जात होत्या ते, कायम ठेवायचे ' ही असते. (कोणीही आपली असलेली स्थिती बदलण्यास तयार नसतो.) त्यामुळे त्यातून जास्तीत जास्त जोर रेषा जातील, अशी स्थिती निर्माण होण्यासाठी प्रवाह उत्पन्न होतो; कारण प्रवाहामुळे चुंबकीयरेषा उत्पन्न होतात; व वलय सारखे फिरत ठेवल्याने, प्रवाह चालू राहण्यास मदत होते.

सुमा : पण वलय १८० मधून फिरले की, तारांची दिशा, पूर्वेकडून-पश्चिमेला बदलते. त्याचा परिणाम होत नाही ना ?

मी : होतो. पण तो विषय जरा गुंतागुंतीचा आहे.

समीर : कोयनानगर शिवाय आणखी कोठे विद्युत निर्माण केंद्रे आहेत ?

मी : खोपोली (कुलाबा), निरा (पुणे), येलदरी (परभणी) येथे आहेत. दगडी कोळशापासून विद्युत तयार करणारी केंद्रे पारस (अकोला), खापरखेडा (नागपूर), परळी (मराठवाडा) व नाशिकजवळ आहेत. अणू-केंद्रीय ऊर्जेपासून विद्युत मिळवणारे केंद्र महाराष्ट्रात तारापूर येथे आहे.

अंजू : आपल्या दैनंदिन वापरण्यात विजेपासून उष्णता निर्माण करण्याच्या शक्तीचा जास्ती उपयोग केला जातो. विजेचे दिवे, इस्त्री, विजेच्या शेगड्या, पाणी तापवायला इ.

समीर : वीज तारेमधून गेली तर तार तापते, मग खांबावरची तार तापते का ?

मी : तार जितकी बारीक तितकी अधिक तापते. दिव्यामधील तार पहा. अगदी रेशमी दोऱ्याहूनही बारीक असते- केसासारखी म्हणा ना! तिच्यामधून जाताना विजेला जास्त अडथळा होतो; म्हणून ती अधिक तापते. आपल्याला नाही का कोणी काम करायला अडथळा आणला की आपण रागावतो, रागाने लाल होतो त्याप्रमाणे; आणि रस्ता अरुंद असला की, वाहतुकीला अडचण -अडथळा निर्माण होतो. हाही आपला अनुभव आहेच.

अंजू : पहिला विजेचा दिवा कोणी तयार केला ?

मी : याचे श्रेय थॉमस एडिसन याला, याने १८७९ साली पहिला दिवा तयार केला. त्याची मोठी अडचण म्हणजे दिव्यांत कोणता ' धागा ' वापरायचा ? अशी कोणती वस्तू आहे की, जी इतकी तापली असता, २०० से. तापमानाला देखील वितळणार नाही; कारण एवढे तापमान असल्याशिवाय प्रकाश मिळणार नाही. बरेच प्रयोग केल्यावर त्याने जपानी बांबूचा ' धागा ' वापरायचे ठरवले. त्याच्यापासून ' कार्बनची तार ' (धागा) बनवला. तो ३५००° से. पर्यंत वितळण्यापूर्वी तापत राहतो. नंतर आणखीही काही पदार्थ वापरले. बऱ्याच दिवसांनी (वर्षांनी) टंगस्टन नावाच्या धातूची बारीक तार वापरायला सुरुवात झाली. हल्ली तीच वापरतात.

समीर : दिव्यातील तार जळून जात नाही ?

मी : ज्वलनाला हवेची (ऑक्सिजनची) जरुरी असते. हे बल्ब तयार करताना त्यातील हवा काढून घेतली जाते व त्याऐवजी नायट्रोजनसारख्या ' निष्क्रिय' वायूने भरलेले असतात.

अंजू : घरामध्ये अलीकडे ट्यूब, दिवे पण आढळतात.

मी : ट्यूब्ज् , मर्क्युरी व्हेपर लॅम्प किंवा अलीकडे पुण्याला कर्वे रस्त्यावर बसवलेले सोडियम व्हेपर लॅम्प यांच्या नावात- ' व्हेपर ' शब्द आहे. ह्या सर्व दिव्यांतील हवा काढून घेऊन, कमी दाबाचा वायूरूप पदार्थ वापरलेला असतो. मर्क्युरी व्हेपर लॅम्प किंवा ट्यूबचा प्रकाश अधिक स्वच्छ पडतो; तर सोडियम व्हेपर लॅम्पचा पिवळसर असतो.

अंजू : दिवे बंद करण्यासाठी अथवा लावण्यासाठी 'स्विच' का दाबावा लागतो.

मी : तारेत असणारा प्रवाह तुम्ही वापरत असलेल्या उपकरणात प्रवेश करण्यासाठी स्विच दाबावा लागतो. प्रवाह सुरू होतो. उपकरणातून वाहू लागतो. त्याचे कार्य, प्रकाश इ. सुरू होते. तुमचे काम झाले की, तुम्ही स्विच बंद करता- म्हणजे प्रवाह तोडला जातो.

समीर : म्हणजे प्रवाह जोडणे व तोडणे हे स्विचचे कार्य! पण स्विचचे हे कार्य कसे होते ? त्याची रचना कशी असते ?

मी : ही आकृती (क्र. २२) पहा.

आकृती क्र. २२ : *स्विचचे कार्य*

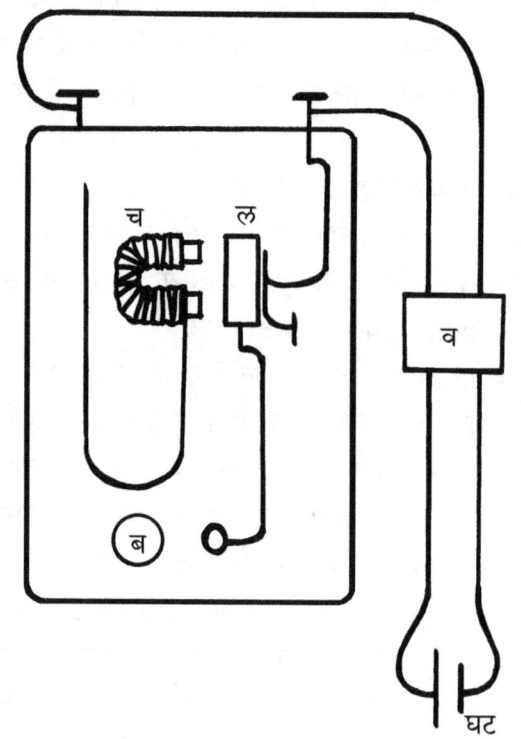

आकृती क्र. २३ : *दारावरील घंटेचे कार्य*

साहित्य – साधा बॅटरी सेल, बॅटरीचा दिवा, अर्धा इंच रुंद व तीन इंच लांब पत्र्याची जाडसर पट्टी, तार, लाकडी फळी, इत्यादी. आकृतीत दाखवल्याप्रमाणे पट्टी स्क्रूने फळीवर बसवा. टोक खाली दाबल्यावर पट्ट्या जोडल्या जाव्या (स्पर्श व्हावा). पट्टी दाबून जोडली की, बॅटरीपासून

निघालेला प्रवाह दिव्यातून जाऊन पुन्हा बॅटरीकडे येतो. मंडल पूर्ण होते व दिवा लागतो. पट्टी सोडताच-स्पर्श तुटतो- प्रवाह मंडलही तुटते व दिवा बंद होतो. स्विचेस निरनिराळ्या प्रकारच्या असतात. दिवा लावताना, दारावरची घंटा वाजवताना किंवा विजेचा मीटर चालू-बंद करण्यासाठी वापरात असणारे स्विचेसचे प्रकार पहायला मिळतात.

अंजू : घरात विजेचे फिटिंग करताना जी तार वापरतात तिच्यावर आवरण असते त्याचा काय उपयोग ? तार गंजू नये म्हणून ते असते का ?

मी : ते तर खरंच! पण तारेमधून वाहणारा प्रवाह जोरदार असतो त्यामुळे धक्का बसणे, आग लागणे इत्यादी अपघात होऊ नयेत म्हणून तारांवर विद्युत विरोधक (Insulator) बसवलेले असतात. रबर, प्लॅस्टिक, काच, लाख, रेशीम, लाकूड इ. रोधक पदार्थ आहेत.

अंजू : तारेवर रबर व रेशीम धागे असतात खरे.

समीर : विद्युत प्रवाहाच्या उष्णता निर्माण होण्यामुळे आग लागते का ? मग ती लागू नये म्हणून काय व्यवस्था असते ?

मी : त्यासाठी कमी तापमानावर वितळणारी अशी एक तार, शिसे अथवा मिश्र धातूंची तार वापरतात. विद्युतमंडलामध्ये ती बसवलेली असते. मीटरपाशी ती असते. प्रवाहाचा जोर वाढला तर ती वितळते व प्रवाह तुटतो व त्यामुळे धोका टळतो. मीटरजवळ चिनी मातीचे एक उपकरण बसवलेले असते त्यात ती असते. इस्त्री, पाणी तापवण्याचे स्विच, यांच्याजवळ ती बसवलेली असते.

विजेची उपकरणे वापरताना फार काळजी घ्यावी लागते. ओलसर पदार्थातून वीज जाऊ शकते म्हणून, स्विच दाबताना किंवा विजेची उपकरणे हाताळताना हात कोरडे, पुसलेले असावेत.

समीर : विजेच्या घंटेची रचना कशी असते ? ती घणघण वाजते म्हणजे येथेही प्रवाह तुटत असतो का ?

मी : ही आकृती पहा. 'व' मधून येणारा प्रवाह 'च' या लोखंडी पट्ट्याभोवती जाऊन परत जातो; आणि 'व' मंडल पूर्ण होते. त्यामुळे 'च' हा लोहचुंबक तयार होतो आणि त्याच्याकडे घंटेचा दांडा ओढला / आकर्षिला जातो व घंटेवर टोला बसतो; पण त्याचवेळी फट पडून मंडल तुटते. 'च'ची चुंबकीय शक्ती संपते/ नाहीशी होते; 'व' दांडा मागे सरकतो. 'ब' आणि 'ल'चा पुन्हा स्पर्श होतो. पण त्यामुळे मंडल पूर्ण होते. 'व' हा लोहचुंबकाकडे ओढला जातो आणि टोला घंटेवर बसतो. यामध्ये प्रवाह तुटणे-जोडणे या क्रिया आलटून पालटून होतात म्हणून घणघण आवाज. बटण दाबले की, प्रवाह सुरू होतो.

अंजू : अशी प्रवाहाची जोड-तोड असणारे आणखी एखादे उपकरण आहे का ? त्यातही विद्युत प्रवाहाचा चुंबकीय परिणाम वापरला जातो का ?

मी : पोस्टात तार करायला गेलो, तर तेथील तारमास्तर त्यावेळी तेथील यंत्रावर कड्कट्ट इ.

आवाज करून तारेचा मजकूर दुसरीकडे पाठवताना आढळतात. यात कड्कट्ट आवाज निर्माण कसा होतो व त्याला काही अर्थ असतो का ? असे दोन प्रश्न आपल्यापुढे येतात.

प्रथम आपण तार पाठविण्याच्या यंत्राची रचना पाहू. याचे दोन मुख्य भाग- (१) तार जेथून पाठविली जाते तो - (२) जेथे तो संदेश पोहोचतो तो - (३) पहिला भाग हा स्विचप्रमाणे जोड-तोड करणारा असतो. बटण दाबल्याने त्याचे टोक वर टेकते व प्रवाह सुरू होतो. सोडले की ते परत 'मूळ' स्थितीत जाते.याचे कारण म्हणजे स्प्रिंग त्याला पूर्वस्थितीत आणण्यास मदत करते हे बटण दाबून व सोडून कड्कट्ट असे आवाज उत्पन्न करता येतात.

दुसऱ्या एका उपकरणात प्रवाह सुरू झाला की चुंबक 'जागृत' होतो व पट्टी खाली खेचली जाते. ती पट्टीवर आदळते आणि आवाज उत्पन्न होतो. प्रवाह बंद झाला की चुंबकीय शक्ती नष्ट होते व स्प्रिंग पट्टी वर ओढण्यास मदत करते व पट्टी वर आपटते आणि पुन्हा आवाज निर्माण होतो. म्हणजे प्रेषक यंत्रावरील आघाताप्रमाणेच या यंत्रावर आघात निर्माण होतात. त्यांची (आवाजांची) एक परिभाषा बनवलेली आहे व त्यावरून संदेश पोहोचविला जातो. हा शोध मॉर्स याने लावला.

अंजू : यासाठी विद्युत-प्रवाह नेहमीच्या तारेमधील वापरतात का ?

मी : नाही. त्यासाठी विद्युतघटापासून उत्पन्न झालेली वीज वापरतात. टेलिग्राफ, टेलिफोनच्या तारांमधून फारसा जोर असलेला प्रवाह नसतो.

समीर : टेलिफोनमध्ये असाच प्रवाह खंडित, सुरू होणे अशा क्रिया असतात का ?

मी : नाही. त्यामध्ये प्रवाहात बदल झाल्याने चुंबकीय शक्तीत बदल होतो हे तत्त्व वापरले आहे. यामध्ये आपण जेव्हा बोलतो-त्या ध्वनीलहरींमुळे लोखंडी पत्र्यामध्ये मागे-पुढे अशी हालचाल होते. वलयामधून वाहणाऱ्या प्रवाहात फरक होतो व हा प्रवाहातील फरक तारेमार्फत श्रवणयंत्रात पोहोचवला जातो. तेथील चुंबकीय शक्तीत बदल होतो व बसवलेल्या पत्र्यात हालचाल सुरू होते व त्यामुळे ध्वनिलहरी निर्माण होतात.

हा शोध अलेक्झांडर बेल याने लावला.

समीर : पण प्रवाहांत बदल का होतो ?

मी : चुंबकीय क्षेत्रांत, पत्र्याच्या मागे-पुढे हलण्याने बदल होतो.

अंजू : विद्युत-इस्त्री वापरताना ' शॉक ' का बसत नाही ?

मी : हिच्यात चपटी अशी नायक्रोम (Nichrom), म्हणजे निकेल व क्रोमियमपासून बनवलेली तार वापरलेली असते. ती मायका (Mica) भोवती गुंडाळलेली असते. रोधक वापरून इस्त्रीचा व तारेचा संबंध येणार नाही याची खबरदारी घेतलेली असते. काहीमध्ये तापमान विशिष्ट अंशांपेक्षा जास्त होऊ लागले की विद्युत-प्रवाह खंडित होईल (तुटेल) अशी व्यवस्था असते नाहीतर जरा दुर्लक्ष झाले की, खूप तापलेल्या इस्त्रीमुळे कपडा पेटण्याचा संभव असतो.

निरीक्षणे

(१) विद्युत-मंडल पूर्ण झाल्याशिवाय विद्युत-प्रवाहाचा परिणाम होत नाही.

(२) प्रवाहाला अडथळा आला की, उष्णता निर्माण होते. (Resistance)

(३) जितकी तार बारीक तितका अडथळा जास्त व तापमान जास्त.

विजेच्या संशोधनात बरीच प्रगती होऊन बिनतारी तारायंत्र, दूरदर्शन, रडार इ. शोधांमुळे जगात, राष्ट्रा-राष्ट्रांमध्ये अधिक जवळीक निर्माण होण्यास मदत होते. अमेरिकेसारखे राष्ट्र, आकाश संशोधनासाठी शनी ग्रहापर्यंत उपग्रह पाठवू शकले, ही काही साधी गोष्ट नव्हे. इतक्या प्रचंड अंतरावरून त्या उपग्रहाशी संपर्क ठेवणे, त्याच्यापासून ग्रहांचे फोटो मिळवणे, त्याच्याविषयी अधिक माहिती मिळवणे इत्यादी गोष्टी या प्रगतीमुळेच साध्य झाल्या आहेत.